சைவத்திலிருந்து இஸ்லாமுக்கா?

notionpress
.com

சைவத்திலிருந்து இஸ்லாமுக்கா?

சேரமான் பெருமாள்

துளஸிதாஸ்

notionpress.com

Notion Press

Old No. 38, New No. 6
McNichols Road, Chetpet
Chennai - 600 031

First Published by Notion Press 2017

Hardcase ISBN: 979-8-89519-396-9
Paperback ISBN: 978-1-94728-351-0

நன்றி

அருள் கிறிஸ்டோபர்

டாக்டர் ஹரிணி துளஸிதாஸ்

மணிமேகலை

கோகிலா

திவ்யா

பொருளடக்கம்

1

கேரளத்தில் உலவிவரும் ஒரு கதையின் சுருக்கம்

துளஸிதாஸ்

சேரமான் பெருமாள் என்ற சேர நாட்டு மன்னன் மாலை நேரத்தில் தன் அரண்மனை மேல் தளத்தில், உலாவி வரும்போது முழுச் சந்திரன் இரண்டாகப் பிளந்த காட்சியை கண்டு வியந்து, தன் மந்திரிகளையும், ஜோதிடர்களையும் இது குறித்து ஆராயுமாறு பணித்தான். அவர்கள் கொடுங்கோளூரில் வணிகம் செய்ய வந்திருந்த அரபு நாட்டு வணிகர்களை விசாரிக்க, அவர்கள் இது தங்கள் நாட்டு இறை தூதர் நபிகள் நாயகம் ஆற்றிய அற்புதம் என்றும், அவர்கள் புதிய இறை மார்க்கம் ஆரம்பித்திருப்பதாவும் கூறினர். ஆவல் கொண்ட மன்னன் சேரமான், உடனே அரேபியாவுக்கு கப்பல் பயணம் மேற்கொண்டு, ஒமான் நாட்டிலுள்ள சலாலா என்ற இடத்தை அடைந்ததாகவும், அங்கிருந்து கால் நடையாக அரேபியா சென்று நபிகள் நாயகத்தைச் சந்தித்ததாகவும், அவருக்கு ஊறுகாய், இஞ்சிச்சாறு போன்ற சேர நாட்டு பொருட்களை அன்பளிப்பாக கொடுத்தார் எனவும் அவர் அவற்றை உண்டு மகிழ்ந்தார் எனவும் கதை நடத்தப்படுகிறது. பிறகு இருவரும் மார்க்க ரீதியாக விவாதங்கள் மேற்கொண்டதாகவும், கடைசியாக சேரமான் இஸ்லாமில் சேர்ந்ததாகவும் அவரது பெயர் தாஜுதீன் என மாற்றப்பட்டு, அங்கு ஒரு கவர்னரின் மகளை அவருக்கு திருமணம் செய்து வைத்ததாகவும் கதை நீண்டு செல்கிறது. சில வருடங்கள் கழித்து அவருக்கு இந்தியா வரவேண்டும் என்ற எண்ணம் வரவே, பயணம் மேற்கொள்ளுகின்றார். மீண்டும் ஒமானில் உள்ள சலாலா

நகரை அடைந்த போது நோய்வாய்ப்பட்டு, மரணம் அடைந்து விடுகிறார். மரணத்தருவாயில் அவரது நண்பர் மாலிக் பின் தினார் என்பவரிடம், கடிதங்களும், பொருள்களும் கொடுத்து தனது ஊரான கொடுங்கோளூரில் எல்லாம் வல்ல அல்லாவிற்கு ஒரு வழிபாட்டுத் தலம் அமைக்கக் கோரினார். அவரது உடல் சலாலாவிலேயே அடக்கம் செய்யப்படுகிறது. மாலிக் பின் தினார் இந்தியாவுக்கு வந்து கொடுங்கோளூரில் ஒரு பள்ளிவாசல் கட்டிமுடிக்கிறார். அந்த பள்ளி வாசல் தான் "சேரமான் பெருமாள் ஜும்மா மஸ்ஜித்" என்று புதுப்பிக்கப்பட்டு புதுப் பொலிவோடு விளங்குகிறது. இதன் அசல் மூல மசூதி சிறியதாக பொ.கா.629-ல் கட்டப்பட்டதென்றும், இந்தியாவின் முதன் பள்ளிவாசல் இது தான் எனவும் விளம்பரப்படுத்தப்படுகிறது.

"எப்பொருள் யார்யார் வாய் கேட்பினும்
அப்பொருள் மெய்ப்பொருள் காண்பதறிவு"

என்ற வள்ளுவர் கூற்றுக்கிணங்க இந்த கதையின் நம்பகத்-தன்மையைக் கண்டுபிடிப்பது தான் இந்நூலின் நோக்கம்.

2

மன்னன் மறைந்தான்!

துளஸிதாஸ்

மக்கள் குறையின்றி வாழ வேண்டும்; பொன்னும், பொருளும் நிறைந்த பூமியாக, மக்கள் மகிழ்ச்சியுடனும், பயமின்றியும் வாழ வேண்டும் என எண்ணுபவனே சிறப்பான அரசனாவான். அவ்வாறு முந்தைய கேரளாவில் கொடுங்கோளூர், (இன்று கொடுங்கல்லூர் என அழைக்கப்படுகிறது) என்ற நகரை தலைநகராகக் கொண்டு சேர நாட்டை சிறப்புடன் சுமார் 1100 ஆண்டுகளுக்குமுன் ஆண்டு வந்த மன்னன் சேரமான் பெருமாள். பெருமாக்கோதையர் என்றும், பறவைகள் மற்றும் விலங்குகளின் மொழியறிந்து அவைகளின் மொழி பேசும் திறன் படைத்திருந்ததால் அவர் கழறிற்றறிவார் எனவும் பெயர் கொண்டிருந்தார். தன் தந்தையின் மறைவிற்கு பின் முடி சூடுவதில் பெரும் விருப்பம் இல்லாத சேரமான் பெருமான் சிவ பூசையிலும், சிவ சிந்தனையிலும் ஈடுபாடு கொண்டிருந்தார். மக்களும், மந்திரிகளும் வற்புறுத்த சிவபெருமான் ஒப்புதல் பெற்று அரியணை ஏறியவர் அவர். மன்னன் ஆனாலும், கொடுங்கோளூருக்கு அருகில் இருந்த திருவஞ்சிக்களம் என்ற ஊரில் அமைந்திருந்த மஹாதேவர் கோவிலுக்கு தினமும் சென்று பூசைசெய்த பின்னரே தன் அரசு பணிகளை செய்வதை வழக்கமாகக் கொண்டிருந்தார். சிவனடியார்களுக்கும் ஏனையோருக்கும் தானங்கள் பல செய்து சிறப்புடன் அரசாட்சி செய்து வந்தார். இவ்வாறு செங்கோலோச்சிய மன்னன் திடீரென்று ஒரு நாள், எந்த வித தடையமும் இன்றி மறைந்து விட்டால், நாட்டு மக்கள் நிலை என்னாகும்? அவரது திடீர் மறைவு தவிர்க்க முடியாததாகவும், முக்கியமானதாகவும் இருந்திருக்க வேண்டும். நாடு, மக்கள், உற்றார் என எல்லாவற்றிற்கும் மேலான ஒரு

பொருள் அவரை ஈர்த்திருக்க வேண்டும். உற்றார், உறவினரிடம் விடை பெற்று, தன் நாட்டினை தகுதியுடைய ஒருவரிடம் ஒப்படைக்க முடியாத சூழ்நிலை இருந்திருக்க வேண்டும். இவ்வாறு திடீரென்று மன்னன் மறைந்த உடன், குழப்பங்கள் பல ஏற்பட்டிருக்க வேண்டும். அவற்றோடு பல யூகங்களும் அனுமானங்களும் முன் வைக்கப்பட்டிருக்க வேண்டும். நான்கு விதமான யூகங்கள் முன் வைக்கப்படுகின்றன.

1. அவர் கப்பல் பயணம் மேற்கொண்டு மெக்கா சென்று நபிகள் நாயகம் அவர்களை சந்தித்து, இஸ்லாமியத்தை ஏற்று தாஜுதீன் சேரமான் பெருமாள் என அழைக்கப்பட்டதாகவும், அங்கேயே சலாலா என்ற இடத்தில் மரணித்து விட்டதாகவும், அங்கே அவருக்கு கல்லறை அமைக்கப்பட்டிருப்பதாகவும், கேரளத்தில் ஒரு கதை வெகு காலமாக முன் வைக்கப்படுகிறது. மேலும் கொடுங்கோளூரில் ஒரு மசூதி அமைக்க வேண்டும் என்பது அவரது கடைசி விருப்பமாக இருந்ததென்றும், அப்போது அமைக்கப்பட்ட மசூதி சேரமான் பெருமாள் ஜும்மா மஸ்ஜித் இன்று கொடுங்கல்லூரில் புதுப்பிக்கப்பட்டு சேரமான் கதையை உலகறியச்செய்து கொண்டிருக்கிறது. மேலும் இந்தியாவிலேயே முதல் மசூதி இது என்றும், இஸ்லாமிய உலகத்தில் கொண்டாடப்படும் பல மசூதிகளுக்கு முந்தையது எனவும் முன் வைக்கப்படுகிறது.
2. இரண்டாவது யூகம், அவர் நாடு துறந்து இப்போது நேபாளத்தில் இருக்கும் பௌத்த தலங்கள் ஆன கபிலவஸ்து அல்லது லும்பினியில் சென்று வாழ்ந்ததாகவும் கூறப்படுகிறது.
3. மூன்றாவது யூகம், அவர் அன்றைய ப்ரயாகில் இருந்த நளந்தா பல்கலைக் கழகங்கத்தில், சென்று தங்கியதாகவும் கூறப்படுகிறது.
4. நான்காவது யூகம், சேக்கிழார் எழுதிய பெரிய புராணம் என்னும் வரலாற்று நூலில், அவர் தன் அருமைத் தோழர் சுந்தரரோடு கைலாயம் சென்று சிவபெருமான் திருவடிகளில் தொண்டு செய்ததாக கூறும் பதிவு.

மேற்கூறிய இரண்டாவது, மூன்றாவது யூகங்கள் எந்த வித ஆதாரமும் இல்லாமல், அவற்றை சீண்டுவார் இன்றி கிடப்பனவாகும்.

எஞ்சியிருப்பன முதல் யூகமும் நான்காவது யூகமும் மட்டுமே. சேரமான் மெக்காவுக்கு பயணித்து நபிகள் நாயகத்தை சந்தித்து

இஸ்லாமை ஏற்றுக்கொண்டார் என்ற யூகம், உண்மை சம்பவமாகவே முன் வைக்கப்படுகிறது. இணைய தளத்தில் கொட்டிக்கிடக்கும் பதிவுகளையும், ப்ளாக்களையும் பார்க்கும் போது இந்த கதை தான் உண்மையாக இருக்குமோ என பிரமிப்படைய வைக்கிறது. மேலும் கொடுங்கல்லூரில் இருக்கும் சேரமான் ஜும்மா மஸ்ஜித் இந்தியாவின் முதல் மசூதி என்பதையும் அது நபிகள் நாயகம் உயிரோடு இருக்கும் போது கட்டப்பட்டது என்பதையும் இந்தியர்களும், பல பிரபலங்கள் உட்பட, வெளிநாட்டவர்களும் இதை நம்பி இந்த மசூதியை காண திரள் திரளாக வந்து கொண்டிருக்கின்றனர்.

காலஞ்சென்ற அப்துல் கலாம் அவர்கள் இந்த மசூதிக்கு வந்து தொழுகை நடத்தியது குறிப்பிடத்தக்கது (29-07-2005). 2016-ம் ஆண்டு ஏப்ரல் மாதம் பாரதப்பிரதமர் மோடி அவர்கள், சௌதி அரேபிய அரசருக்கு, சேரமான் பெருமாள் மசூதியின், தங்கம் பூசப்பட்ட உருவப் பிரதியை அன்பளிப்பாக கொடுத்தார் என தெரிகிறது. திரு மோடி அவர்களும், திரு அப்துல் கலாம் அவர்களும் சேரமான் பெருமாள் என்ற மன்னர் மெக்காவுக்கு பயணித்து நபிகள் நாயகத்தை சந்தித்து இஸ்லாத்தை ஏற்றுக்கொண்டார் என்ற கதையை உண்மையென நம்பியதாகத் தெரிகிறது. 2014, மார்ச் மாதம் மலையாள நடிகர் மம்மூட்டி, சேரமான் பெருமாளாக, ஒரு பிரம்மாண்ட மலையாள திரைப்படத்தில் நடிக்கப்போவதாக அறிவிக்கப்பட்டது.

சேரமான் ஜும்மா மஸ்ஜித்தின் பெயர் பலகையில் பொ.கா. 629-ல் மசூதி கட்டப்பட்டதாக அறிவிக்கப்பட்டுள்ளது. அப்படி என்றால் ஈராக்கில் பொ.கா.639-லும், எகிப்தில் பொ.கா.642-லும் துனிஸியாவில் பொ.கா.670-லும், சிரியாவில் பொ.கா.715-லும் கட்டப்பட்ட முதல் மசூதிகளை விட சேரமான் ஜும்மா மஸ்ஜித் பழமையானதாக இருக்கவேண்டும். அதற்கு காரணமாக காட்டப்படுவது மன்னன் சேரமான் பெருமாளின், திடீர் மறைவும், அவர் சௌதி அரேபியாவுக்கு பயணம் செய்து, நபிகள் நாயகத்தை சந்தித்து இஸ்லாமை ஏற்றுக்கொண்டார் என்ற கதையுமாகும். பின்னர் மரணிக்கும் தருவாயில் மாலிக் பின் தினாரிடம் தனது ஊரான கொடுங்கோளூரில் ஒரு தொழுகை ஸ்தலம் கட்டுமாறு பணித்ததுமாகும். அவரது திடீர் மறைவுக்குப்பின் நடக்கும் சம்பவங்கள் அனைத்தும் வெளிநாட்டில் ஒமானிலும், சௌதி அரேபியாவிலும் நடப்பவை. இந்த வெளிநாட்டு சம்பவங்களுக்கு எந்த ஆவணங்களையும் ஆதாரமாக முன் வைக்கப்படவில்லை என்பது கவனிக்கத்தக்கதாகும்.

இந்தக்கதையின் நம்பகத் தன்மையை ஆராயாமல் இந்தியர்களும் இதை நம்பி ஏற்றுக்கொள்கிறார்களோ என்ற சந்தேகம், இதைப்பற்றி இணைய தளத்தில் வாசிக்கும் போது வருகிறது. இதற்கு மறுப்பு தெரிவித்து எந்தப் பதிவும் இணைய தளத்தில் பார்க்கமுடியவில்லை. அப்படி ஒன்று அல்லது இரண்டு பதிவுகள் இருந்தாலும் அது சேரமான் மஸ்ஜித் பிரளயத்தில் மூழ்கிவிட்டதாக தோன்றுகிறது.

சேரமான் கதையும் ஐரோப்பியர்களும்:

இதில் வேடிக்கை என்னவென்றால், சம்பவம் நடந்ததாக கூறப்படுவது பொ.கா.629-ல் என்றாலும், இந்த கதை புத்துயிர் பெற்று வலுவடைந்தது ஐரோப்பியரின் இந்திய வருகைக்கு பிறகுதான்.

இந்த வசீகரமான கதையை முதன் முதலில் பொ.கா.1510-ல் பதிவு செய்தவர், போர்த்துகீசிய எழுத்தாளர் டுயர்த்தே பார்போசா (Duarte Barbosa CE1480-1521) என்பவராகும். இவர் கோவாவைக் கைப்பற்றிய போர்த்துகீசிய அட்மிரல் அல்ஃபோன்ஸோ டி ஆல்புக்கொர்க் (Alfonso de Albuquerque) என்பவருக்கு மொழி பெயர்ப்பாளராக கோவாவிலும், கேரளாவிலும் பணியாற்றியவர். பின்னர் பொ.கா.1516-ல் ஃபெர்டினன்ட் மெகலன் (Ferdinand Megellan) என்பவருடன் உலகைச் சுற்றி வந்தவர். இவருடைய பதிவு, சம்பவம் நடந்து ஏறத்தாழ 900 ஆண்டுகளுக்குப் பின் செய்யப்பட்டது குறிப்பிடத்தக்கது. ஆனால் அவருடைய பதிவில் இந்த சம்பவம், அவர் எழுதிய காலத்தில் இருந்து 600 ஆண்டுகளுக்கு முன்பு நடந்ததாக பதிவு செய்துள்ளார். அது நபிகள் நாயகம் வாழ்ந்த காலம் அல்ல என்பது கூறிப்பிடத்தக்கது.

இதற்கு அடுத்தபடியாக, 80 ஆண்டுகள் கழித்து ஷெய்க் செய்னுப்தின் என்ற அரபு மலையாளி இந்த கதையை எழுதுகிறார். அவருடைய பதிவுப்படி இந்த கதை நபிகள் நாயகம் வாழ்ந்த காலத்தில் நடை பெறவில்லை; அதற்கு 200 ஆண்டுகள் கழித்து நடைபெற்றது என்பதாகும்.

பொ.கா.1610-ல் ஜோஸ் டி பறோஸ் (Jaos De Barros CE 1496-1570) என்ற இன்னொரு போர்த்துகீசிய எழுந்தாளர் ஒரு வித்தியாசமான கதையை பதிவு செய்கிறார். இவர் போர்த்துகீசிய துறைமுகமான லிஸ்பனில் “இந்தியாவின் வீடு” (Casa Da India or House of India and Mina) என்ற நிறுவனத்தில் நிர்வாகியாக பணிபுரிந்தவர். இவரது வேலை

லிஸ்பனில் இருந்து இந்தியாவுக்குச் செல்லும் கப்பற்படையையும், வணிகக்கப்பல்களையும் கண்காணிப்பதும் ஒழுங்குப்படுத்துவதுமாகும். இந்த Casa De India, பிரிட்டனின் ஈஸ்ட் இந்திய கம்பெனியைப்போல், போர்த்துகீசியரின் இந்திய வணிகத்தை கட்டுப்படுத்தி, கண்காணித்து வந்த நிறுவனமாகும். லிஸ்பனின் “இந்தியாவின் வீடு” (Casa De India or House of India) என ஒரு நிறுவனம் வைத்து நடத்தவேண்டும் என்றால் இந்தியாவுக்கு எவ்வளவு முக்கியத்துவமும், மதிப்பும், போர்த்துகீசியர்கள் கொடுத்திருந்தனர் என்பது விளங்கும். வெறும் வணிகத்திற்காக!

இந்த ஜோஸ் டி பறோஸ் (Jaos De Barros) இந்திய வணிகர்களிடமிருந்து, தான் சேகரித்த கதைகளை எழுத ஆரம்பித்திருந்தார். அதனைப் பின்னர் பூர்த்தி செய்தார், டியோகோ டி கோட்டு (Diogo De Coutos – CE 1542-1616). பறோஸின் கதைப்படி அரபு வணிகர்களால் சேரமான் பெருமாள் இஸ்லாமுக்கு மதம் மாற்றப்பட்டார் என்றும் தனது கடமையை முடிக்க மெக்கா பயணம் புறப்பட்டார் என்பதாகும்.

டியோகோ டி கோட்டு (Diogo De Coutos), இந்தக்கதையில் ஒரு திருப்பத்தை ஏற்படுத்துகிறார். அவரது பதிவுப்படி, சேரமான் பெருமாள் புனித தாமஸால் கேரளாவில் மதமாற்றம் செய்யப்பட்ட கிறிஸ்தவர்களுக்கு நெருக்கமாக இருந்ததாகவும், அவர்கள் தூண்டுதலின் பெயரில், சேரமான் கிறிஸ்தவராக மாறியதாக எழுதுகிறார். எப்படி! முகம்மதியர்களும் சரி, கிறிஸ்தவர்களும் சரி, அவரவர் பங்கிற்கு சேரமான் பெருமாளை இஸ்லாமியராகவும், கிறிஸ்தவராகவும் மாற்றி அழகு பார்த்திருக்கின்றனர் என்பது தெளிவாகிறது.

போர்த்துகீசியர்களைப் பற்றி:

போர்த்துகீசியர்களைப் பற்றி ஒரிரு சம்பவங்கள் நினைவு கூறுவது இத்தருணத்தில் பொருத்தமாக இருக்கும். இந்தியாவுக்கு கடல்வழி கண்டுபிடித்ததே அவர்கள் தான் (வாஸ்கோ ட காமா-பொ.கா.1498) இந்தியாவுடன் வணிகத் தொடர்பு வைத்து இந்திய பொருட்களை வாங்கி ஐரோப்பாவில் பெரும் லாபத்துக்கு விற்பதற்கு மட்டும் தான். இந்திய கலாச்சாரத்தின் மீது, இந்திய மதங்கள் மீது அவர்களுக்கு எந்த மதிப்பும் இருக்கவில்லை.

மேலும் அவர்கள் தீவிர கிறிஸ்தவர்கள். அடுத்தடுத்த படையெடுப்புகளால் கோவாவையும் கேரளாவில் பல பாகங்களையும் கைப்பற்றி தங்கள் ஆட்சிக்கு கீழே வைத்துக்கொண்டனர். இந்துக்களை மதம் மாற்றுவதே குறிக்கோளாகக் கொண்டிருந்தனர். கோவாவில் இருந்த 300-க்கும் அதிகமான இந்து கோவில்களை இடித்து, அந்த கற்களைக் கொண்டே அதே இடத்தில் கிறிஸ்தவ தேவாலயங்கள் கட்டினர்.

போப் நிக்கலாஸ் V, (Pope Nicholas V) ரோமனஸ் பாண்டிபிக்ஸ் (Romanus Pontifix) என்ற போப்பின் கட்டளைப்படி போர்த்துகீசியர்களுக்கு புதிதாக கண்டுபிடித்த இந்தியா, ஆசியா போன்ற நாடுகளுடன் வணிகம் நடத்த ஏகபோக உரிமையும் அங்குள்ள மக்களை கிறிஸ்தவத்திற்கு மாற்றவும் அதிகாரம் வழங்கப்பட்டது. யேசு சபையைச் சார்ந்த புனித பிரான்ஸிஸ் சேவியரின் (St. Francis Xavier) பரிந்துரையின் படி ஜான் III என்ற போர்த்துகீசிய அரசன் பொ.கா.1560-ல் கோவாவில் புனித சமய விசாரணை (The holy inquisition) நடத்த உத்தரவிட்டான். பொ.கா.1560-1774 வரையிலும் 16,172 பேர் விசாரணை செய்யப்பட்டனர். அவர்கள் தனிச்சிறையில் அடைக்கப்பட்டு, பலவிதமான மனிதத்தன்மையற்ற கொடூரமான துன்புறுத்தலுக்கு ஆளாக்கப்பட்டனர். எண்ணிக்கை தெரியாத நிறையபேர் உயிரிழந்தனர். அந்தணர்கள் தலைகீழாக சிலுவையில் அறையப்பட்டு நெருப்பு வைக்கப்பட்டனர். இவர்கள் குற்றம் கிறிஸ்தவத்துக்கு மாற மறுத்தது.

இதே கால கட்டத்தில் ஐரோப்பா முழுவதும் புனித சமயவிசாரணைக்கு உட்படுத்தப்பட்டு கத்தோலிக்க சபை நீசத்தனமான, மூர்க்கமான, மனிதத்தன்மையற்ற சித்திரவதைகளுக்கு பிறமதத்தினரை உட்படுத்தியிருந்தனர்.

கோவாவையும், கேரளாவையும் கைப்பற்றி சமயவிசாரணைக்கு (Inquisition) உட்படுத்திய போர்த்துகீசியர்கள் கிழக்குக் கடற்கரையிலும் அவர்கள் கைவரிசையை காட்டினர். பொ.கா.1561-ல் சாந்தோமில் கடற்கரையில் இருந்த கபாலீஸ்வரர் கோவிலையும், வேளாங்கண்ணியில் இருந்த வேல் இளங்கண்ணி கோவிலையும் இடித்து தரைமட்டமாக்கி, அவற்றின் மேல் சர்ச்சுகளை எழுப்பினர்.

பொ.கா.1523-ல் புனிததாமஸின் எலும்புகளும், மண்டைஒடும், அவரை கொல்ல உபயோகித்த ஈட்டியும், போர்த்துகீசியரின் பிடியில்

இருந்த மைலாப்பூரில் கண்டெடுக்கப்பட்டது. புனிதரின் கல்லறையும், அவர் எலும்புகளும் அவர் இறந்து சுமார் 1500 ஆண்டுகளுக்குப் பிறகு கண்டுபிடிக்கப்பட்டது!

இப்படி பல கதைகள் கிறிஸ்தவத்துக்குச் சாதகமாக புனைவதில் போர்த்துகீசியர்கள் வல்லவர்களாக இருந்தனர். அவர்கள் பதிவுகளை நாம் உண்மையெனக் கொள்ள முடியாது.

மீண்டும் நம் கதைக்கு வருவோம். பொ.கா.1723-ல் டச்சு நாட்டைச் சார்ந்த கேன்டர் விஷர் (Canter Visshar) சேரமான் பெருமாள் கதைக்கு மீண்டும் ஒரு திருப்பம் வைக்கிறார். சேரமான் பெருமாள் திடீரென்று தனது நாட்டை பிரித்துக்கொடுத்து விட்டு கங்கைக்கு ஒரு வேண்டுதலைப் பூர்த்தி செய்யப் போயிருக்கலாம் அல்லது மெக்காவுக்கே போயிருக்கலாம் என்கிறார். மன்னனின் திடீர் மறைவு குறித்து பல விதமான கருத்துகள் நிலவின என்பது தெளிவு.

டச்சு தளபதி வான் எட்டிரியன் மோன்ஸ் (Van Adriaan Moens) பொ.கா.1781-லும், பிறான்ஸிஸ் புக்கனன் (Francis Buchan) பொ.கா.1801-லும், பொ.கா.18-ம் நூற்றாண்டில் கேரளோபதியிலும் (கேரளா மகாத்மியம்), 19-ம் நூற்றாண்டில் கிரந்தவாரியிலும் இந்தக்கதை குறிப்பிடப்பட்டுள்ளது.

இன்னும் சிலர் இவர் பெருமாள் அல்ல, கோழிக்கோட்டை ஆண்ட சாமரின்களில் ஒருவர் என் கருதுகின்றனர்.

இப்படி பல கதைகளை நோக்குங்கால், இந்த கதைகளை புனைந்தவர்கள் எந்த ஒரு நம்பகமான ஆதாரத்தையும் கையில் வைத்துக் கொண்டு புனையவில்லை என்று தெளிவாகிறது. ஒரு மன்னன் மறைந்தான். அவன் மறைவை தங்களுக்கு சாதகமாகவே பயன்படுத்த ஒவ்வொரு மதத்தினரும் முயன்றிருக்கின்றனர் என்பதும் தெளிவு.

மேலும் நபிகள் நாயகம் வாழ்ந்த காலத்தில் சேரமான் பெருமாள் என்ற கழறிற்றறிவார் வாழவில்லை என்பது பின் வரும் கட்டுரைகளில் வெட்ட வெளிச்சமிட்டு காட்டப்படுகிறது.

ஐரோப்பியர்கள் இந்தியாவுக்கு கடல்வழி வந்து வணிகம் மேற்கொண்ட பிறகு தான் இந்த கதை புத்துயிர் பெற்றிருக்கிறது என்பதை நோக்குங்கால், மாலுமிகள் கூடிப் பேசும் துறைமுக சாரயக்கடைகளின் கிசுகிசு என்றே தோன்றுகிறது. ஐரோப்பியர்களில் பல பேர் சேரமான்

பெருமாள் அல்லது மதம் மாறிய அந்த நபர் நபிகள் நாயகம் மறைந்து பல நூற்றாண்டுகளுக்கு பின்னர் வாழ்ந்தவர் எனக் கூறுகின்றனர்.

சுந்தரரின் தோழர், மாக்கோதையார் எனவும் கழறிற்றறிவார் எனவும் அறியப்படும் சேரமான் பெருமாள் நாயனார், சைவத்திலிருந்து வழுவி வேறு எந்த மதத்திற்குள்ளும் நுழைந்திருக்க முடியாது என்பது எமது தாழ்வான அபிப்பிராயம். அதற்குக் காரணங்களை பின் வரும் கட்டுரைகளில் விரிவாகப் பார்க்கலாம்.

3

முத்தான மூவர் காலம்

அருள் கிறிஸ்டோபர்

தமிழர் வரலாற்றில் சைவம் வைத்து தமிழ்வளர்த்த நாயன்மார்கள் வாழ்ந்த காலம் மிகச் சிறப்பான காலம். ஆயினும் அவர்கள் வாழ்ந்த காலத்தை குறித்த மிகச்சரியான விவரங்கள் இலைமறை காய்மறைவாகவே உள்ளது. இதனைக்குறித்து பல வரலாற்றாசிரியர்கள் கூறியுள்ளபோதும் திரு.வெள்ளைவாரணன் அவர்களின் விளக்கம் சற்றே ஏற்புடையதாக உள்ளது. ஆயினும் அன்னாரும் காலத்தை திட்டமிட்டு வரையறுத்து கூறாததை கணக்கில் கொண்டு நான் கற்று, கேட்டு, கண்டு புரிந்து கொண்ட தகவல்களின் அடிப்படையில் காலத்தை வரையறுக்க விழைகின்றேன். ஆன்றோர்களின் ஆசியுடனும், அளவற்ற ஆர்வத்துடனும் “முத்தான மூவர் காலம்” என்ற என் ஆராய்ச்சி கட்டுரையை துவங்குகிறேன்.

வரலாற்று புரட்டுதல்களில் சில நாயன்மார்களின் காலம் மட்டுமின்றி அவர்கள் சைவத்தை துறந்ததாக கூட திரிக்கப்படுதலினால் காலத்தை வரையறுப்பது கட்டாயமாகிறது.

காலக் கணக்கீடு

தொலை நோக்கி பின்னமர்ந்து விண்ணோக்கி காலத்தை கணிக்க மனிதன் முயன்ற வெகு காலத்திற்கும் முன்னே தன் விழி நோக்கிலேயே விண்ணை அளந்த பெருமைக்குரியது நமது பாரதம். பல ஆயிரம் ஆண்டுகளுக்கு முந்திய நமது வரலாற்று நிகழ்வுகளையும், உன்னத மனிதர்களின் பிறப்புகளையும் மாதம், ஆண்டு என்ற வரையறைக்குள் அல்லாமல் அந்நாளில் வானில் உள்ள கோள்கள், நட்சத்திரங்களின்

அமைவிட அடிப்படையிலேயே குறிப்பிட்டுள்ள பெருமைக்குறியது நமது பாரதம் காலத்தை யுகங்களாக பிரித்து, யுகங்களை லட்சக்கணக்கான ஆண்டுகளாக விரித்து நம் கற்பனைக்கு எட்டாத காலத்தை நம் கைக்குள் வைத்திருந்தவர்கள் நாம்.

Sanskrit texts: How many days in a year?	
Hindu text	Estimated length of the sidereal year[29]
Surya Siddhanta	365 days, 6 hours, 12 minutes, 36.56 seconds
Paulica Siddhanta	365 days, 6 hours, 12 minutes, 36 seconds
Paracara Siddhanta	365 days, 6 hours, 12 minutes, 31.50 seconds
Arya Siddhanta	365 days, 6 hours, 12 minutes, 30.84 seconds
Laghu Arya Siddhanta	365 days, 6 hours, 12 minutes, 30 seconds
Siddhanta Shiromani	365 days, 6 hours, 12 minutes, 9 seconds

இவை இன்று நவீன விஞ்ஞானத்தில் மாபெரும் முன்னேற்றம் கண்ட சூழலிலும் நாசாவில் உள்ள சர்வதேச நாட்காட்டியுடன் சில விநாடிகளில் மட்டுமே மாறுபடுகிறதே தவிர அவர்களாலும் துல்லிய கணக்கீடாக ஏற்றுக்கொள்ளப்பட்டது. ஒரு வேளை நீங்கள் ஏற்றுக் கொள்ள மறுத்தாலும் இன்றும் ஏதேனும் சூழலில் வானவியல் அறிஞர்களால் கணிக்க முடியாத சூழல் ஏற்பட்டால் அவர்கள் நாடுவது நமது பஞ்சாங்கத்தைதான் என்பதை தாழ்வு மனப்பான்மை கொண்ட இந்தியர்களாகிய நம்மால் ஏற்றுக்கொள்ள முடியாதுதான்.

இன்று நாம் பின்பற்றும் கி.மு., கி.பி., ஆகியவை ஏறத்தாழ 423 ஆண்டுகளுக்கு முன்புதான் நமக்கு அறிமுகமான ஒன்று என்பது நமக்கு ஆச்சரியம் தரக்கூடியதாக இருக்கலாம்.

இன்று உலகம் முழுவதும் அனைவராலும் பயன்படுத்தப்படும் பொதுவான நாட்காட்டி என்பது கிறிஸ்தவ நாட்காட்டி அல்லது

மேற்கத்திய நாட்காட்டி என்று அழைக்கப்படும் "கிரிகேரியன்" நாட்காட்டியாகும். இது கி.பி. 1582-ல் போப் கிரிகேரி XIII என்பவரால் அறிமுகப்படுத்தப்பட்டது என்றாலும், விரிவாக புழக்கத்திற்கு வந்தது. கி.பி. 1750-ல் இங்கிலாந்தும் அதன் கீழ இருந்த நாடுகளும், சட்டம் இயற்றி ஏற்றுக்கொண்ட பிறகுதான்.

அன்றைய தினத்திலிருந்து ஏறக்குறைய 365 நாட்கள் என்ற கணக்கின் அடிப்படையிலேயே நாட்காட்டிகள் முன்னும், பின்னுமாக பயணம் செய்து நமக்கு காலத்தை தெரிவிக்கின்றன. இந்த அடிப்படையிலேயே வரலாறு நிர்ணயிக்கப்படுகிறது. இதனாலேயே பல திரிபு வாதங்களும் முன்வைக்கப்படுகிறது.

நாம் இந்த காலத்திற்குள் பயணித்து நாயன்மார்கள் காலத்தையும், கால மயக்கத்தால் ஏற்பட்ட சில வரலாற்று பிழைகளையும் சரிசெய்ய "முத்தான மூவர்" என்ற தலைப்பில் திருநாவுக்கரசர், திருஞானசம்பந்தர் மற்றும் சுந்தரர் ஆகியோர் வாழ்ந்த காலத்தை நோக்கி பயணிக்க போகிறோம்.

நமது முன்னோர்கள் பாடல்கள், பதிகங்களில் நிகழ்வுகளையும் அதில் சம்பந்தப்பட்ட நபர்கள் மற்றும் பொருள்களையும் அவற்றுளெல்லாம் தலையானவனாக இறைவனைக் குறித்தும் மட்டுமே பாடியுள்ளார்களே தவிர நாட்களைக் குறித்து குறிப்பிட்டுள்ள பாடல்கள் மிகக் குறைவே. ஆனால் அரசர்கள் வாழ்ந்த காலம், அவர்கள் ஈடுபட்டபோர், சந்தித்த சமகால மனிதர்கள், சமூக, ஆன்மீகப் பணிகள் பற்றிய கல்வெட்டுகளும், அவை பதிக்கப் பெற்றுள்ள, குகைகளும் கோயில்களுமே தமிழ் வரலாற்று நிகழ்வுகளின் சாட்சிகளாக உள்ளன.

எனவே நாயன்மார்கள் வாழ்ந்த காலத்தை பற்றியும், அப்போது தமிழகத்தை ஆண்ட மன்னர்கள் அவர்கள் பாரம்பரியம் குறித்தும் சற்று அறிந்து கொள்வோம்.

நாயன்மார்கள் காலம்

கி.பி. 400 முதல் கி.பி. 1200 வரை வாழ்ந்து சிறந்த சிவதொண்டு செய்த சிவனடியார்கள் நாயன்மார்கள் என்று அழைக்கப்பட்டனர். சுந்தரமூர்த்தி நாயனார் திருத்தொண்டர்த்தொகையில் 62-நாயன்மார்களைப்பற்றி பாடியுள்ளார். ராஜ ராஜ சோழன் காலத்தில் வாழ்ந்த நம்பியாண்டர்

நம்பிகள் திருத்தொண்டர் திருவந்தாதி என நாயன்மார்கள் வரலாற்றை பாடியுள்ளார். அதன்பின் சேக்கிழார் அந்த அறுபத்தி இரண்டு பேருடன் சுந்தர மூர்த்தி நாயனாரையும் இணைத்து அறுபத்தி மூவரின் வரலாற்றை திருத்தொண்டர் புராணம் எனும் பெரிய புராணத்தில் குறிப்பிட்டுள்ளார்.

தமிழக அரசியல் சூழல்

பண்டைய தமிழகம் என்பது நாம் தற்போது காணும் நிலப்பரப்பாக அல்லாமல் ஆந்திரா, கேரளாவின் பல பகுதிகளையும் உள்ளடக்கிய பெரும் நிலப்பரப்பாக அமைந்திருந்தது. அதன் பகுதிகள் வெவ்வேறு காலங்களில் வெவ்வேறு மன்னர்களால் ஆளப்பட்டது. இவற்றுள் கி.பி.4-ம் நூற்றாண்டு முதல் 10-ம் நூற்றாண்டு வரை ஆட்சி செய்தவர்களில் முக்கியமான வம்சத்தினர் சேரர், சோழர், பாண்டியர் மற்றும் பல்லவ மன்னர்கள். நாயன்மார்கள் கால வரலாற்றை கணக்கிட அவர்களை ஆதரித்தோ அல்லது எதிர்த்தோ செயல்பட்ட மன்னர்களின் காலத்தை அறிந்து கொள்வது அவசியம் “லட்டிலிருந்து பூந்தி” என்பது போல் மன்னர்களின் வரலாறு என்ற லட்டிலிருந்து நாயன்மார்கள் காலம் என்ற பூந்தியை உதிர்த்து எடுத்துக் கொள்ளப் போகிறோம்.

பாண்டியர் காலம்

1. பாண்டியன் கடுங்கோன் (கி.பி.550) களப்பிரை ஒழித்து மீண்டும் பாண்டிய பேரரசை ஸ்தாபித்தவன்.
2. மாறவர்மன் அரிகேசரி (630-680) (நெல்வெலிப்போரில் சேரனை வென்றவன். புலியூரில் சேரனை வென்றவன். பாண்டிநாட்டில் மங்கலாபுரம் என்ற ஊரை நிர்மாணித்தவன்)
3. கோச்சடையான் ரணதீரன் (680-730) (மங்கலாபுரத்தில் சாளுக்கியரை தோற்க்கடித்தவன்)
4. ஸ்ரீமாறன் ராஜசிம்மன் (730-768) (பல்லவ மன்னனை வென்றவன்)
5. நெடுஞ்சடையன் பராந்தகன் – முதல் வரகுணன் (768-811)
6. ஸ்ரீமாற ஸ்ரீவல்லவன் (811-860)
7. மாறவர்மன் ராஜசிம்மன் (911-931)

பல்லவக் காலம்

முற்காலப் பல்லவர்கள் கி.பி. 250-575

இடைக்காலப் பல்லவர்கள் கி.பி. 575-730

பிற்காலப் பல்லவர்கள்

சிம்ம விஷ்ணு கி.பி. 555-590

மகேந்திரவர்மன் கி.பி. 590-630

I நரசிம்மவர்மன் கி.பி. 630-668

பரமேஸ்வரவர்மன் கி.பி. 672-700

II நரசிம்மவர்மன் கி.பி. 700-728

நந்திவர்மன் கி.பி. 732-769

தந்திவர்மன் கி.பி. 775-825

II நரசிம்மவர்மன் கி.பி. 825-850

இதுவரை மன்னர்கள் வாழ்ந்த காலத்தை குறித்து மட்டுமே பார்த்த நாம் இனிமேல் தான் வரலாற்று நிகழ்வுகளையும் அதனுடன் பின்னிப் பிணைந்து மறைந்துள்ள நாயன்மார்களின் காலத்தை குறித்த தேடலையும் துவங்கப் போகிறோம்.

திருநாவுக்கரசர்

திருநாவுக்கரசர் திருவாமூரில் புகழனார், மாதினியாரின் மகனாக பிறந்தார். தமக்கை பெயர் திலகவதி. பெற்றோர் இவருக்கு இட்ட பெயர் மருணீக்கியார்.

அவர் தமக்கை திலகவதியாருக்கு நிச்சயிக்கப்பட்ட கலிப்பகையார் போரில் மரணமடைய, தொடர்ந்து பெற்றோரும் காலமாக, தன் சகோதரனுக்காகவே வாழ முடிவெடுத்தார் திலகவதியார்.

எனினும் பாடலிபுத்திரம் சென்று சமணத்தை ஏற்று தம் பெயரையும் தருமசேனர் என மாற்றிக்கொண்டார் திருநாவுக்கரசர். சிவ விளையாடலால் ஏற்பட்ட சூலை நோய் தீராது வருந்திய அவரை அவர் தமக்கையார் திருநீறு கொடுத்து சூல நோய் நீக்க பதிகம் பாடி சைவத்தை ஏற்று திருநாவுக்கரசரானார்.

இதனால் கோபம் கொண்ட பல்லவ மன்னன் மகேந்திர வர்மன் அவரை துன்பப்படுத்தி கொல்ல முயல அனைத்தும் வீணாகி, உண்மையை உணர்ந்த மன்னன் சைவத்தை ஏற்றான். அதன் பின் ஞானசம்பந்தரை கண்டு, அவருடன் பல திருத்தலங்கள் சென்றார். ஞான சம்பந்தர் பாண்டிய நாடு செல்ல அவரை விட்டு நீங்கி சில ஆண்டுகள் கழித்து கயிலை செல்ல விரும்பி முதுமையினால் தவழ்ந்து, உடல் தேய, குருதி கசிய ஏறத்தாழ எண்பது வயதில் கயிலையை அடைந்தார் என்பது வரலாறு.

சரித்திரத்தில் புகுவோம்

திருநாவுக்கரசரை சமணர் சொல் கேட்டு கொடுமைப்படுத்திய மன்னன் மகேந்திரவர்மன். இவனே பின்னர் சைவத்தை ஏற்றவன். மகேந்திரவர்மன் (கி.பி.590-630) முதலில் சமணத்தை தீவிரமாக பின்பற்றினான். அவன் எழுதிய 'மத்தவிலாச பிரஹாசனம்' என்ற வடமொழி நாடகத்தில் 'பாசுபதம்' கபாலம், புத்தம்' ஆகிய மதங்களை இழிவுபடுத்தி எழுதியுள்ளான். திருச்சி உச்சிபிள்ளையார் கோவில் பின்புறம் உள்ள சமணப் படுகைகளிலும் மகேந்திரவர்மன் பெயர் பொறிக்கப்பட்டுள்ளது.

சமணர்களால் கடலில் எறிந்து மீண்ட திருநாவுக்கரசரால் மனம் மாறி பாடலிபுத்திரத்தில் இருந்த சமணப் பள்ளிகள், மடங்களை இடித்து அந்தக் கற்களால் திருவதிகையில் "குணபர ஈச்வரம்" என்ற சைவக் கோயிலைக் கட்டினான். இதனால் இவனுக்கு "குணபரன்" என்ற பெயரும் உண்டு. தொண்டை நாட்டையும், சோழநாட்டையும் ஆட்சி புரிந்தவனாகிய இந்த மகேந்திரவர்மனே திருச்சிராப்பள்ளி பெருங்குன்றை குடைந்து சிவனுக்கு கோவில் கட்டினான்.

மகேந்திரவர்மன் ஆட்சிக் காலத்தில் சாளுக்கிய அரசனான புலிகேசி காஞ்சி மீது படையெடுத்து காஞ்சி நகரை முற்றுகையிட்டான். இப்போரில் மகேந்திரவர்மன் இறக்க நேரிட்டது.

இதற்கு பழிவாங்கும் முகமாக அவரது மகன் நரசிம்மவர்மன் கி.பி.642-ல் வாதாபி நகர் மீது படையெடுத்தான். இப்படையில் ஒரு லட்சம் காலாட்படையினரும், ஐம்பதாயிரம் குதிரை வீரர்களும், பன்னிரண்டாயிரம் யானைகளும் கலந்து கொண்டதாக கல்வெட்டுக்களிலும், இலக்கியங்களிலும் கூறப்படுகிறது. சரித்திரப் புகழ் பெற்ற இப்போரில்

வென்று தனது பல்லவகுலப் பெருமையை காத்ததால் இவன் "வாதாபி கொண்டான்" என்று பெருமையுடன் அழைக்கப்பட்டான்.

இதனைத் தலைமையேற்று நடத்திய படைத்தளபதியாகிய பரஞ்சோதியார் நாயன்மார்களில் ஒருவரான பிள்ளைக்கறி நாயனார் என்னப்பட்ட சிறுத் தொண்டர் ஆவார். இதன் மூலம் திருநாவுக்கரசர் வயது சென்று சைவத்தை ஏற்ற காலகட்டம் மகேந்திரவர்மன் வாழ்ந்த காலக்கட்டம் என்று புலனாகிறது. இதனைத் தொடர்ந்து சில ஆண்டுகள் கழித்து திருஞானசம்பந்தரை சந்தித்தார். அதன்பின் சில ஆண்டுகள் ஞானசம்பந்தருடன் பல தலங்களை சந்தித்து பதிகங்கள் பாடியமையால் திருஞானசம்பந்தர் காலத்தோடு இணைத்து இருவரைப் பற்றியும் அவர்கள் வாழ்ந்த காலத்தையும் தொடருவோம்.

திருஞான சம்பந்தர்

சோழ நாட்டிலே சீர்காழி என்ற ஊரில் சிவபாத இருதயர் என்பவருக்கு மகனாகப் பிறந்தவர் திருஞான சம்பந்தர். இவரது இயற்பெயர் ஆளுடைய பிள்ளை.

மூன்று வயதில் குளக்கரையில் அழுத இவர் பசி தீர்க்க உமையம்மையே தன் முலைப்பால் ஏந்தி பிள்ளைக்கு ஊட்டினாள். பால் வழிந்த வாயைக் கண்டு தந்தை மிரட்ட "தோடுடைய செவியன்" என பதிகம் பாடினார்.

தந்தையும் மகிழ்ந்து தோளிலே ஏந்தி பல திருத்தலங்கள் செல்ல அவருடன் திருநீலகண்ட யாழ்ப்பாணர் தம் மனைவியுடன் இணைந்து கொண்டார். சிவனருளால் முத்துச் சிவிகை பெற்று மீண்டும் சீர்காழி அடைந்தார். அங்கு அவருக்கு ஏழு வயதில் உபநயனம் செய்யப்பட்டது. சில நாட்கள் கழித்து திருநாவுக்கரசரை சந்தித்தார். தன் சமகால நாயன்மார்களுடன் திருச்செட்டாங்குடி சென்று சீராளனை சந்தித்தார்.

திருநாவுக்கரசரின் வேண்டுகோளையும் ஏற்க மறுத்து, பாண்டிய அரசி மங்கயர்கரசியார், அமைச்சர் குலச்சிறையாரின் விருப்பத்திற்கு ஏற்ப சமண மன்னனாகிய அரிகேசரி (கி.பி.640-670)-யின் வெப்பு நோய் நீக்கி அவனையும் அந்நாட்டையும் சைவத்திற்கு மாற்றினார்.

மதுரையிலிருந்து பல தலங்கள் சென்று பல அதிசயங்கள் புரிந்து சிதம்பரம் சென்றார்.

தந்தையின் விருப்பத்திற்கிணங்க நம்பியாண்டார் நம்பி மகளை மணமுடிக்க கோயில் சென்றபோது வாயிலுடன் கூடிய பெருஞ்சோதி எழும்ப "காதலாகிக் கசிந்து, கண்ணீர் மல்கி" என்ற பதிகம் பாடிய படியே தன் தந்தை மற்றும் தன்னோடு இருந்த சமகால நாயன்மார்கள் சிலருடன் ஜோதியில் நுழைய வாயில் மூடப்பட்டு ஜோதி மறைந்தது. 16 வயது ஞான சம்பந்தரும் சிவனுடன் இணைந்தார்.

ஞானசம்பந்தரின் காலம்

வரலாற்றுக் பிண்ணனி:

குறுகிய காலமே வாழ்ந்தாலும் திரு.ஞானசம்பந்தரின் வாழ்க்கை பல வரலாற்று பின்னணிகளுடன் இணைந்துள்ளது. அவரின் சமகால நாயன்மார்களில் திருநாவுக்கரசரும், சிறுத்தொண்டரும் வரலாற்று பின்புலம் கொண்ட சிறப்புமிக்கவர்கள்.

திருநாவுக்கரசர் திருஞான சம்பந்தரை முதலில் சந்தித்தபோது அவருக்கு ஏழுவயதில் நடைபெற வேண்டிய உபநயனம் நடந்து முடிந்திருந்தது. பின்பு சிலநாட்கள் கழித்தே அவரை சந்தித்தார். எனவே அப்போது அவருக்கு வயது எட்டாக இருக்கும்.

அதனைத் தொடர்ந்து சிறுத்தொண்டர் மகன் சீராளனை அவனது மூன்றாவது வயதில் சந்திக்கிறார். அப்போது ஞான சம்பந்தரின் வயது ஒன்பதாக இருக்கலாம்.

சிறுத்தொண்டர்

பல்லவமன்னன் முதலாம் நரசிம்மவர்மனின் படைத்தளபதி பரஞ்சோதியார் கி.பி.641-ல் சீனப் பயணி யுவான் சுவாங் கால் பெரிதும் பாராட்டப் பெற்ற சாளுக்கியர்களின் தலைநகரை தனது மன்னனின் ஆணைப்படி கி.பி.642-ல் உருத்தெரியாமல் அழித்தான். போரிலிருந்து திரும்பிய பிறகே பரஞ்சோதியார் சிறந்த சிவபக்தன் என்பதை அறிந்த மன்னன் அவரை ஆட்சியினின்று விடுவித்து சைவப்பணி செய்ய பணித்தார். அதன் பின் அவர் வெண்காட்டு நங்கையாரை மணந்து அவர்களுக்கு பிறந்த மகனே சீராளன். எனில்

வாதாபிபோர்	-	கி.பி. 642
சீராளன் பிறந்தது	-	கி.பி. 644
சீராளன் மூன்று வயது	-	கி.பி. 647

சீராளனை சந்திக்கும் போது திருஞானசம்பந்தருக்கு 9-வயதெனின் அவர் பிறந்தது கி.பி.638-ஆகத்தான் இருக்கும்.

நின்றசீர் நெடுமாறன் கி.பி. 640 - கி.பி. 670

இதனைத் தொடர்ந்து சிலநாட்களில் மங்கயர்கரசியார், குலச்சிறையார் வேண்டுகோளுக்கிணங்க பாண்டிய மன்னன் அரிகேசரி என்ற நின்ற சீர்நெடுமாறனை சந்திக்கிறார். அவன் தன் ஆட்சியின் முற்பகுதியிலேயே சைவத்தை ஏற்றுக் கொள்கிறான் எனவே அந்த கால கட்டம் 648-ஆக இருக்கலாம். தனது 16 வயதில் இறைவனடி சேர்ந்தார் என்பது திருமண நிகழ்வின் வாயிலால் புலப்படுவதாகையால் அவர் இறைவனுடன் கலந்தது கி.பி.654.

திருநாவுக்கரசரின் காலம்

வரலாற்றுப் பிண்ணனி

மருணீக்கியார் என்ற இயற்பெயரில் பிறந்த திருநாவுக்கரசர் ஏறக்குறைய முப்பது வயதில் சமணத்தை ஏற்று தருமசேனரானார். திலகவதியாரால் தனது வயிற்றுவலி நீக்கப் பெற்று அவர் சைவத்தை ஏற்றபோது ஏறக்குறைய 50-வயதிற்கு மேற்ப்பட்டிருக்க வேண்டும். அவர் திருஞானசம்பந்தரை சந்தித்தபோது மிகவும் வயது சென்றவராயிருந்தார் என்பதை

சிந்தையிடை யறாவன்பும் திருமேனி தனிலசையும்
கற்தைமிக யாங்கருத்தும் கையுழவாரப் படையும்

என்ற பாடலில் சேக்கிழார் அவர் மிகவும் வயது சென்றவராயிருந்தார் என்பதை தெரிவிக்கிறார். இவையெல்லாம் நோக்குங்கால்.

திருநாவுக்கரசர்

வயது	நிகழ்வு	ஆண்டு
0	மருணீக்கியார்	கி.பி.575
30	தரும சேனர்	கி.பி.605
50	திருநாவுக்கரசர்	கி.பி.625
71	திருஞானசம்பந்தர்	கி.பி.646
80	மறைவு	கி.பி.655

திருஞானசம்பந்தர்

வயது	நிகழ்வு	ஆண்டு
0	பிறப்பு	கி.பி.638
8	திருநாவுக்கரசர்	கி.பி.646
9	சீராளன்	கி.பி.647
10	கூன்பாண்டியன்	கி.பி.648
16	மறைவு	கி.பி.654

திருநாவுக்கரசர் 80 வயதிலும் திருஞானசம்பந்தர் 16 வயதிலும் இவ்வுலகை நீத்ததாக வரலாறு.

முத்தான மூவரின் மூன்றாமவரான சுந்தரரை குறித்து பார்ப்போம். வரலாற்றின்படி சுந்தரர் ஏறக்குறைய 8-ம் நூற்றாண்டில் வாழ்ந்தவரென்பது புலனாகின்றது. முதலில் இவரது வரலாற்றை சுருக்கமாக பார்ப்போம்.

திருமுறைப்பாடி நாட்டிலே திருநாவலூரில் சடையனார், இசைஞானியாரின் மகனாக நம்பியாரூரன் என்ற பெயர் கொண்ட சுந்தரர் பிறந்தார். மூன்று வயதில் தெருவில் விளையாடிக் கொண்டிருந்தபோது அவரின் எழில் உருவம் கண்டு மகிழ்ந்த குறுநில மன்னன் நரசிங்கமுனைராயன் அவரது பெற்றோர் அனுமதியுடன் அவரை அரண்மனைக்கு கொண்டு சென்று வளர்த்தார்.

பதினாறுவயதில் புத்தூரில் வசித்துவந்த சடையனாரின், மகளை மணமுடிக்க ஆயத்தமானபோது ஒரு முதியவர் வேடத்தில் வந்து அவர் தமக்கு அடிமை என்று கூறி திருவெண்ணேய் நல்லூர் அழைத்து சென்று சிவனார் தம்மை வெளிப்படுத்த அவர் தனது பூர்வஜென்மத்தை உணர்ந்து சுந்தரரானர்.

ருத்ரகணிகையார் குலத்திலே பிறந்த பரவையாரை திருவாரூரில் சிவனருளால் மணமுடித்தார். திருவொற்றியூரில் மகிழ மரத்தடியில் சங்கிலியாரை மணந்தார்.

பின்பு தியாகேசுவரைக் காண விரும்பி திருவாரூர் செல்ல விரும்ப அவர் மகிழ மரத்தடியில் சங்கிலியாருக்கு கொடுத்த வாக்கை மீறி பரவையாரை காண விரும்புவதாக எண்ணி சிவன் அவரது இரு கண்களையும் பறித்து கொண்டார்.

எனினும் திருவாரூர் இறைவனைக் கண்டே தீருவது என்று தனது பயணத்தை தொடர்ந்து திருவாலங்காட்டில் இடது கண்பார்வையையும், தியோகேசுவரை கண்டு வணங்கி வலது கண் பார்வையையும் திரும்ப பெற்றார்.

எனினும் சங்கிலியாரை மணந்தது அறிந்து பரவையார் அவரை சந்திக்க மறுக்க இறைவனே அவருக்கு தூது சென்று இருவரையும் சேர்த்து வைத்தார்.

இதனால் கோபம் கொண்ட கலிக்காமருக்கு சூலைநோய் கொடுத்து அதனை சுந்தரரால் தீர்க்கச் செய்து இருவரையும் நண்பராக்கினார்.

சுந்தரர் பெருமைக் கேட்டு அவரைசந்திக்க கொடுங்கோளூர் மன்னன் சேரமான் பெருமாள் திருவாரூர் வந்தார். இருவரும் மிகுந்த நட்பு பாராட்டி பரவையாரிடம் விடைபெற்று இருவரும் இணைந்து கீழ்வேளூர் மற்றும் திருப்பத்தூர் வழியே மதுரையை அடைந்தனர்.

அப்போது பாண்டியன் மகளை மணந்து சோழ மன்னனும் மதுரையில், இருந்தார். சேரமன்னன் சேரமான் பெருமாளுடன் சென்ற சுந்தரரை சோழ, பாண்டிய மன்னர்கள் வரவேற்று ஆலவாய் பெருமானின் ஆலயத்தில் இறைவனை தரிசித்தார்கள்.

பின்னர் திருவாரூர் திரும்பியவுடன் சேரமான் பெருமாள் விடைபெற்று சேரநாடு சென்றார் சில நாள் கழித்து சுந்தரரும் சேரநாடு சென்று சேரமான் பெருமாளை சந்தித்து சில காலம் தங்கியிருந்து, திருவாரூர் திரும்பினார். மீண்டும் சில காலம் கழித்து நண்பரைக் காண விரும்பி சுந்தரர், சேரமான் பெருமாள் அரண்மனை சென்று தங்கியிருந்தார். இவ்வுலகவாழ்வு போதும் என்று கருதி கொடுங்கோளூருக்கு அருகில் உள்ள திருவஞ்சிக்களம் சென்று இறைவனை வேண்ட அவரை கைலாயம் அழைத்துவர இறைவன் வெள்ளை யானையை அனுப்பினார்.

வெள்ளையானை மீதேறி சுந்தரர் செல்ல நீராடி வந்த சேரமான் பெருமானும் தாம் ஏறிவந்த குதிரையின் காதில் ஐந்தெழுத்து மந்திரம் ஓதி, அவரை பின்தொடர்ந்து கைலாயம் சென்றார். சிவகணங்கள் உள்ளே செல்ல அனுமதி மறுக்க, சுந்தரரின் வேண்டுகோளுக்கிணங்க இறைவன் அவரை உள்ளே அனுமதிக்க, சேரமான் ஞான உலா பாட, கைலாயத்தில் சுந்தரர் தன் சிவத்தொண்டையும், சேரமான் பெருமாள் சிவகணங்களின் தலைவராகவும் பொறுப்பேற்றனர்.

இனி வரலாற்றின் பாதையில் பயணிப்போம்.

“நாதனுக்கூர் நமக்கூர் நரசிங்கமுனைராயன் ஆதரித் தீசனுக்காட் செயுமூ ரணி நாவலூரென் நோத நற்றக்க வன்றோண்டன் ஆரூரன்” என்ற சுந்தரர் பாடல் மூலம் நரசிங்கமுனைராயனால் அவர் வளர்க்கப்பெற்றவர் என்பது புலனாகும். மேலும்,

‘கடல்சூழ்ந்த உலகெலாங் காக்கின்ற பெருமான்
காடவர்கோன் கழற்சிங்கன்,’

என்ற பாடல் மூலம்

அவர் வாழ்ந்த காலத்தை அறிய விழையலாம்.

நரசிங்கமுனைராயன் என்ற பெயரின் மூலம் நரசிங்கன் என்பது பேரரசனை குறிக்கும். நரசிங்கன் என்பது வாதாபி கொண்டான் என்ற முதலாம் நரசிங்கவர்மனையும் அடுத்ததாக ராஜசிம்மன் என்ற இரண்டாம் நரசிங்கவர்மனையும் குறிப்பது.

தமிழகத்தை ஆண்ட பல்லவமன்னர்களில் இரண்டாம் நரசிம்மவர்மன் காஞ்சியில் கைலாய நாதர் கோயிலை கட்டினார். அக்கோயிலில் உள்ள கல்வெட்டில் ‘சிவசூடாமணி’ என்று புகழ்ந்து அவரைக் குறித்து பொறிக்கப்பட்டுள்ளது. இக்கோயில் குடமுழுக்கிற்க்கு நாள் குறிக்கப்பெற்றபோது இறைவன் அதே தினத்தில் பூசலார் கட்டியுள்ள கோயிலுக்குதான்எழுந்தருள்வேண்டியுள்ளதுஎன்றும்,எனவேஇக்கோயில் குடமுழுக்கினை தள்ளி வைக்க வேண்டுமாறும் அசரீரியாக ஒலித்தனன். இறைவனின் அசரியைக் கேட்டதால் ஸ்ரீபரன் என்றும் அழைக்கப்பட்டார் என்று பூசலார் புராணத்தின் மூலம் அறிந்து கொள்ளலாம் (இரண்டாம் நரசிம்மவர்மன் – கி.பி.700-728) இது 8-ம் நூற்றாண்டின் துவக்கத்திலேயே சுந்தரர் வாழ்ந்தார் என்பதை விளக்குகிறது.

தொடர்ந்து இவரது நண்பரான சேரமன்னன் குறித்து பார்க்கலாம். இவர் கொடுங்களூரைத் தலைநகராகக் கொண்டு ஆட்சி புரிந்தவர். திருவஞ்சிக்களத்தில் இவரது பூஜையை ஏற்றுக் கொண்டு இறைவன் தனது சிலம்பினை இசைக்க அதனை கேட்டு மனநிறைவு பெறுபவர். ஒரு முறை பூஜை முடிந்தும் சிலம்பொலி கேட்காததால் பூஜையில் ஏதோ தவறு நிகழந்ததாக கருதி தன்னை மாய்த்துக் கொள்ள போக இறைவன் அவரை தடுத்து தில்லையில் சுந்தரர் பாடல் கேட்டு மெய்மறந்ததால் சிலம்பை ஒலிக்க மறந்ததாகக் கூறினார். அதனால் சுந்தரரைக் காணவிரும்பி திருவாரூர் சென்று இருவரும் நண்பர்களானானர்கள்.

எனவே சுந்தரரின் வாழ்வின் முற்பகுதி இரண்டாம் நரசிங்கவர்மனோடும் நிறைவுப்பகுதி சேரமான் பெருமாளோடும் தொடர்புடையது. பெரியபுராணம் சுந்தரர் வரலாறோடு தொடங்கி சுந்தரர் வரலாறோடு முடிகிறது; மேலும் சேரமான் பெருமாள் சுந்தரர் காலத்தில் வாழ்ந்தவர், அவரது உயிர்த்தோழர் என்றும் ஆணித்தரமாக எடுத்துரைக்கிறது.

சேரமான் பெருமாள் ஒரு புதிர்

வரலாற்றுதிரிபுகளின்ஒருஅடையாளமேசேரமான்பெருமாளின்வரலாறு ஆகும். நாயன்மார்களின் ஒருவராக போற்றப்பட்டு திருத்தொண்டர் தொகை, பெரிய புராணம் போன்றவற்றில் பாடப்பெற்றுள்ள இவர், வானில் சந்திரன் இரண்டாக பிரிந்ததை கண்டு, விசாரித்து, உண்மை அறிய விரும்பி முகமது நபியை கண்டு முகமதியராக மாறி, திருமணம் செய்து கொண்டாரென்றும், இந்தியா திரும்பும்போது உடல் நலம்குன்றி அங்கேயே மரணித்து விட்டதாகவும், அவர் மெக்கா சென்றதே 'கொல்லம் ஆண்டு' என்று கேரளத்தில் கொண்டாடப்படுவதாகவும் ஒரு கதை புழங்குகிறது.

முகமது நபி அவர்கள் வாழ்ந்தது கி.பி.570 முதல் கி.பி.632 வரை அவர் தனது 52 வயதில் மெக்காவிலிருந்து மதீனா சென்றதே இஸ்லாமியர்களின் ஆண்டாக கொண்டாடப்படுகிறது. எனில் 2015 என்பது கொல்லம் ஆண்டில் 1190 ஆகவும் இஸ்லாமியர் நாட்காட்டியில் 1436 ஆண்டாகவும் உள்ளது. இரு நாட்காட்டிகளின் வித்தியாசம் சரியாக 246 ஆண்டுகள். இருவரும் சமகாலத்தில் வாழ்ந்திருப்பார்களானால் அந்த நாட்காட்டிகளின் வித்தியாசம் ஒரு சில ஆண்டுகளே இருந்திருக்க வேண்டும். இவ்வாறு பார்க்கும் போது கண்டிப்பாக இவர் முகமது நபியின் காலத்தில் வாழ்ந்திருக்க முடியாது என்பது கண்கூடு.

உன்மையில் கொல்லம் ஆண்டு என்பது கடல்கோளால் கொல்லம் கி.பி.822-ல் அழியப்பெற்று அது மீண்டும் கி.பி.825-ல் நிர்மாணிக்கப்பட்டதில் இருந்து துவங்குகிறது.

மூவேந்தர் சங்கமம்

தமிழக வரலாற்றில் மூவேந்தர்களான சேர, சோழ, பாண்டியர் தங்களுக்குள் எவ்வித சண்டையுமின்றி ஒருமித்து இருந்த காலம் என்பதும் 8-ம் நூற்றாண்டே ஆகும். தமிழக சரித்திரத்தில் பிறதேசத்தவர்

பல்லவராயினும், சாளுக்கியராயினும் தமிழ் மண்ணில் தடம் பதித்தது இவர்களின் ஒற்றுமையின்மையால்தான்.

சுந்தரர் வரலாற்றில் மதுரையில் பாண்டியனின் மகளை மணந்த சோழ மன்னன் அங்கு தங்கியிருக்க சேரமன்னன் சேரமான் பெருமாள் அங்கு சென்றார் என்பது சரித்திரத்தில் பொன்னெழுத்தில் பொறிக்கபடவேண்டியது. ஆனால் சேரமன்னன் சேரமான் பெருமாள் பெயர் தவிர்த்து மற்ற இரு மன்னர்களின் பெயரும் குறிப்பிடாமல் விட்டது பெரும் பிழையாகும். இதுபோன்ற வரலாற்று நிகழ்வுகளை பதிவு செய்ய தவறியதே இன்றைய பல வரலாற்று புரட்டுகளுக்கு அடித்தளம் அமைக்கின்றது.

எனினும் இந்த மூவேந்தர் சங்கமம் 8-ம் நுற்றாண்டில் நடந்தேறிய ஒன்று என்பது மறக்கவோ, மறுக்கவோ முடியாத ஒரு சான்றாகும்.

மேற்கூறிய வரலாற்றுகளின் அடிப்படையில் பார்க்கும்போது சைவம் தமிழகத்தில் மிகவும் பரவலாக வேருன்றி இருந்ததும், மன்னரும் மக்களும் போரின்றி பெருவாழ்வு வாழ்ந்ததும் தெரிய வருகிறது. ஆனால் இவையே சுந்தரர் வாழ்ந்த ஆண்டுகளை அறுதியிட்டு கூற தடைகளாக உள்ளது.

எப்படியாயினும் பூசலாரின் கோவிலிற்காக தான் கட்டிய கோவிலின் குடமுழுக்கினை தள்ளி வைத்த பல்லவ மன்னன் இரண்டாம் நரசிம்மவர்மனின் (கி.பி.700-728) ஆட்சியின் கீழ் குறுநில மன்னனாயிருந்த நரசிங்க முனைராயரால் சுந்தரர் வளர்க்கப் பெற்றார் என்பதும், சுந்தரர், சேரமான் பெருமாள் அவர்களின் நட்பும், தமிழக வரலாற்றின் முக்கிய நிகழ்வான மூவேந்தர் சந்திப்பு ஆகிய அனைத்து நிகழ்வுகளும் சுந்தரர் வாழ்ந்த காலம் 7-ம் நூற்றாண்டின் இறுதி முதல் 8-ம் நூற்றாண்டின் முதல் பகுதியுமாயிருக்கும் என தெளிவாக புலப்படுத்துகிறது. மேலும் கொல்லம் ஆண்டு குறித்த கற்பனை கதைகள் விளக்கப்படுவதால் சேரமான் பெருமாள், கப்பலேறி மெக்கா சென்று நபிகள் நாயகத்தை சந்தித்தார் என்பது நிகழாத கதை என்பதும், இருவரும் வாழ்ந்த காலங்கள் வெவ்வேறு என்பதும் தெளிவாகின்றது.

இந்த முத்தான மூவர் வாழ்ந்த காலம் குறித்த எனது எளிய ஆராய்ச்சியை இந்த நூலின் வடிவில் சமர்ப்பிக்கின்றேன். குறை இருப்பின் பொறுத்தருள்வீர்.

4

சைவத்திலிருந்து இஸ்லாமுக்கா?

துளஸிதாஸ்

சைவ நாயன்மார்களில் ஒருவராகப் போற்றப்படுபவர், சைவ சித்தாந்தியாக வாழ்ந்தவர், சைவ நெறியே தன் மூச்சு என்று இருந்தவர், சைவ குரவர்களின் பெயர்களை திருத்தொண்டர் தொகையாக பாடவும், சைவ நெறியில் நின்று பல அற்புதங்கள் நிகழ்த்தி, தமிழகத்தை மேலும் சைவ நெறிப்படுத்த இறைவனால் அனுப்பப்பட்ட சுந்தர மூர்த்தி சுவாமிகளின் உயிர் தோழருமான சேரமான் பெருமாள் சைவநெறியை துறந்து இஸ்லாமை ஏற்று மதம் மாறினார் என்னும் கதை ஏற்றுக்கொள்ளக் கூடியது தானா என்ற கேள்விக்கு சிறு ஆராய்ச்சி. இந்தக் கதையை முன் வைப்போரும், இதை நம்புவோர்களும் சைவத்தைப்பற்றி அறியாதவர்களாய் இருக்க வேண்டும் என்பது எனது தாழ்மையான அபிப்பிராயம். உயர்ந்த சைவ கொள்கைகளுடனும், தத்துவங்களுடனும், சித்தாந்தங்களுடனும், அப்பரும், சம்பந்தரும் பாடிய பாட்டுக்களை பாடி உயரிய வாழ்க்கை வாழ்ந்த ஒருவர், அதிலிருந்து வழுவி, புதியதாக, அப்போது தொடங்கப்பட்ட, அதன் புத்தகமாகிய திருக்குரான் முழுமையாக எழுதப்படாத நிலையில், நபிகள் நாயகம் போர் சூழலில் இருந்து விடுபடாத கால கட்டத்தில், இஸ்லாமில் சேர்ந்தார் என்னும் கதை நம்பக்கூடியதாக இல்லை.

பொதுக்காலம் 629-ல் சேரமான் பெருமாள் மசூதி கட்டப்பட்டது என்றால் அதற்கு குறைந்தது 2 வருடங்களுக்கு முன்பாவது சேரமான்

அரேபியாவுக்கு சென்றிருக்க வேண்டும். பொதுக்காலம் 622-ல் நபிகள் நாயகம் மெக்காவை விட்டு வெளியேறி மதீனாவுக்கு சென்றார். 8 ஆண்டுகள் மெக்காவின் மக்களோடும் மற்ற யூத பழங்குடியினரோடும் போர் நிலையிலேயே இருந்திருக்கிறார் என்பது சரித்திர பதிவாகும். பொதுக்காலம் 629-ல் தான் நபிகள் நாயகம் படைகளை திரட்டி மெக்காவை வென்றார். நபிகள் நாயகம் மெக்காவிலிருந்தவர்கள் கேட்டுக்கொண்டதற்கு இணங்க சந்திரனைப் பிளந்து அற்புதம் நிகழ்த்தியதாக பதிவு செய்யப்பட்டுள்ளது. அப்படியானால் பொ.கா. 629–ல் அவர்கள் மெக்காவை வென்று கைப்பற்றிய பிறகு தானே இந்த அற்புதம் நிகழ்ந்திருக்க வேண்டும்! அப்படியானால் சேரமான் பெருமாள் எப்படி இந்த அற்புதத்தை 629-க்கு முன் பார்த்திருக்க முடியும்? 629-ல் பார்த்திருந்தாரானால் இந்த மசூதி எப்படி அதே ஆண்டில் கட்டியிருக்கமுடியும்? புதிய மதமாகிய இஸ்லாமின் புனித புத்தகமாகிய திருக்குறான் எழுதப்படாத நிலையில், அதன் இறையியல், இறையியல் விளக்கங்கள் நிர்ணயிக்கப்படாத நிலையில், வழிபாட்டு முறைகள் முறைப்படுத்தப்படாத நிலையில் அதனைக் கண்டு மயங்கி, பழுத்த சிவப்பழமான சேரமான் பெருமாள் இஸ்லாமுக்கு மதம் மாறினார் என்பதை ஏற்றுக்கொள்வதில் இடையூறுகள் பல உள்ளன.

பெரு மாக்கோதையர் எனவும், கழரிற்றறிவார் எனவும் அறியப்படும் சேரமான் பெருமாள் சிறு வயது முதற்கொண்டே சிவ பக்தனாக திகழ்ந்தவர். பட்டத்து இளவரசர் ஆனாலும் அரசாட்சியிலும், அரசாங்க காரியங்களிலும் ஈடுபாடு கொள்ளாமல் சிவ பூசை செய்வதில் விருப்பங்கொண்டு பொழுதைக் கழிக்கலானார். அவர்கள் தலைநகராகக் கொண்டு, சேர நாட்டை ஆண்டு வந்த, கொடுங்கோளூருக்கு வெகு அருகாமையில் அமைந்திருந்தது திருஅஞ்சைக்களம் (இன்று திருவஞ்சிக்களம் என அறியப்படுகிறது) திருஅஞ்சைக்களத்தில் அமைந்திருந்த சிறப்பு மிக்க மஹாதேவன் கோவிலுக்குச் சென்று வழிபடுவதை வழக்கமாக கொண்டிருந்தவர். அவர் சிவ பூஜை செய்து முடித்ததும் பூசையை ஏற்றுக் கொண்டதற்கு அடையாளமாக சிவபெருமான் தன் கால் சலங்கையை அசைக்க, அதன் மணியோசை கேட்டு பெருமகிழ்வு கொள்வதை வழக்கமாகக் கொண்டிருந்தார். இப்படி இறைவனும், மனிதர்களும் கைகோர்த்து ஒருவருக்கு ஒருவர் தட்டிக்கொடுத்து வாழ்ந்த காலம் அது. இப்படி இறைவனும் மனிதனும் உறவாடிய பல நிகழ்வுகளை விவிலியத்திலும்,

திருக்குரானிலும் காணலாம். திருவிளையாடல் புராணத்திலும், பெரிய புராணத்திலும், ஏனைய புராணங்களிலும் இறைவன் மனிதர்களுக்கு பல சோதனைகள் ஏற்படுத்தி பின் தான் தலையிட்டு, சிக்கல்களிலிருந்து விடுவித்து ஆட்கொண்ட பல வரலாறுகளை காண்கிறோம். இப்படி பல ஆயிரம் ஆண்டுகள் பழமையான, இறைவன் முன்னின்று நடத்திய பல வரலாறுகளை தன்னகத்தே உள்ளடக்கிய சைவ நெறியிலிருந்து, புதியதாக துவக்கப்பட்ட அதன் பல கூறுகள் வரையறுக்கப்படாத ஆரம்பகாலத்தில் இஸ்லாமுக்கு மதம் மாறினார் என்பது நம்பும்படியாக இல்லை. சைவத்தைக் குறித்து நாம் புரிந்து கொண்டோமானால் இப்படி ஒரு நிகழ்வு நிகழ சாத்தியமே இல்லை என்பதை புரிந்து கொள்ளலாம்.

சைவ சித்தாந்தம்:

சைவ சித்தாந்தத்தை புகழ்ந்தவர்களில், இந்தியர்களை விட மேலை நாட்டினர் அதிகம். இந்தியாவிலுள்ள, குறிப்பாக தமிழ் நாட்டிலுள்ள இந்துக்களை, கிறிஸ்தவ மதத்துக்கு மாற்றுவதற்கு வந்த ஜி.யு.போப் (G.U. Pope 1820-1908) தமிழ்நாட்டில் 40 ஆண்டுகள் வாழ்ந்து தமிழைக் கற்று, திருக்குறள், திருவாசகம் போன்ற நூல்களை ஆங்கிலத்தில் மொழி பெயர்த்தவர். “இந்தியாவிலுள்ள மதங்கள் அனைத்திலும் சைவ சித்தாந்தமே மிக மேம்பட்டது என்பதில் ஐயமில்லை” என்பது அவரது கருத்து.

கௌடி என்பவர், “சைவ சித்தாந்தம் இந்திய சிந்தனைகளதும், உணர்வினதும் சிகரம்” என்கிறார். கீழ்வரும் பக்கங்களில் சைவ சித்தாந்தத்தைப்பற்றி பார்க்கலாம்.

சைவ சித்தாந்திகள் வேதம், ஆகமம் ஆகிய இரண்டையும் ஒப்புக்கொள்வார்கள். ஒரு பொருளை அறிந்து கொள்வதற்கு பிரத்தியக்ஷம், அநுமானம், வேதாகமம் ஆகியவற்றை கருவிகளாக, (ப்ரமாணங்களாக) ஏற்றுக்கொள்பவர்கள் சைவ சித்தாந்திகள். இந்த மூன்றில் வேதாகமங்களுக்கு மற்ற இரண்டையும் விட அதிக மதிப்பு கொடுப்பவர்கள். சைவ சித்தாந்ததிற்கும் மற்றைய மதங்களுக்கும் உள்ள ஒற்றுமை, வேற்றுமைகளை கருத்தில் கொண்டு பிற மதங்களை அகச்சமயம், புறச்சமயம் என பிரிப்பர். அதிக ஒற்றுமை உடையவர்களை அகச்சமயத்தினர் என்றும் அதிக வேற்றுமை உடையவர்களை புறச்சமயத்தினர் என்றும் பிரிவு படுத்தினர்.

சைவம் Vs மற்ற மதங்கள்

அகச்சமயங்கள்

1. பாடாணவாத சைவம்
2. போதவாத சைவம்
3. சிவசமவாத சைவம்
4. சிவசங்கிராந்தவாத சைவம்
5. ஈசுவர அவிகாரவாக சைவம்
6. சிவாத்துவித சைவம்

புறச்சமயங்கள்

அகப்புறச் சமயங்கள்

வேதங்களை ஒப்புக்கொள்பவை

1. பாசுபதம்
2. மாவிரதம்
3. காபாலம்
4. வாமம்
5. வைரவம்
6. ஐக்கியவாத சைவம்

புறச்சமயங்கள்

வேதங்களை ஒப்புக்கொள்பவை

1. நியாயம்
2. சாங்கியம்
3. யோகம்
4. மீமாம்சை
5. வேதாந்தம்
6. பாஞ்சராத்திரம் (வைணவம்)

புறப்புறச் சமயங்கள்

வேதங்களை ஒப்புக்கொள்பவை

1. உலகாயதம்
2. நால்வகை பௌத்தம்
3. சமணம்

புறச்சமயத்தினரை மேலும் மூன்றாக, அவர்களுக்கும் தங்களுக்கும் உள்ள இடைவெளிக்கேற்ப பிரித்தனர். அகப்புறச்சமயங்கள், புறச்சமயங்கள், புறப்புற சமயங்கள் என. உலகாயதம், நான்குவகை பௌத்தம், சமணம் ஆகியன புறப்புற சமயங்களுக்குள் அடங்கும். இவை ஆறுக்கும் சைவத்துக்கும் வெகு தூரம். இவை ஆறும் ஈஸ்வரன் என்று ஒருவன் உண்டு என ஒப்புக்கொள்வதில்லை; எனவே இவர்கள் நிரீஸ்வரவாதிகள் என அழைக்கப்படுவதும், ஏனையோர் ஈஸ்வரவாதிகள் எனவும் அழைக்கப்படுவதுண்டு. புறப்புற சமயங்கள் ஆறும் வேதங்களின் மற்றும் ஆகமங்களின் அதிகாரத்தை ஒப்புக்கொள்வதில்லை. எனவே அவை அவைதிக மதங்கள் என அழைக்கப்படுகின்றன. வேதங்களை ஒப்புக்கொள்பவை வைதிக மதங்கள் என அறியப்படுகின்றன. புறப்புறச்சமயங்கள் ஆறும் ஆன்மா என்று ஒன்று உண்டு என ஏற்றுக்கொள்வதில்லை. ஆகையால் அவை அநாத்மவாதிகள். ஆன்மா உண்டு என ஏற்றுக்கொள்ளும் ஏனைய மதங்கள் ஆத்மவாதிகள் என அழைக்கப்படுகின்றனர்.

சைவம், ஈஸ்வரன் ஒருவன் உண்டு; ஆன்மா என்று ஒன்று உண்டு; வேதாகமங்கள் பொய் பேசா, என்ற மூன்று கொள்கைகளிலும் உறுதியாக இருப்பவர்கள். இம்மூன்று கொள்கைகளிலும் உறுதியாக இருந்த சைவ சித்தாந்தி அவற்றை உதறிவிட்டு, புதியதாக துவக்கப்பட்ட அதன் இறையியல் கொள்கைகள் வரையறுக்கப்படாத நிலையில், அதன் தூதுவர் பெற்ற இறை வெளிப்பாடுகள் ஆங்காங்கே சிதறிக் கிடந்த நிலையில், அம்மதத்தில் இணைந்தார் என்பதில் உண்மை இருக்குமா என ஆராய்வதே இக்கட்டுரையின் நோக்கம்.

முழுச்சந்திரன் இரண்டாகப் பிளந்த அதிசயத்தைக் ஆண்டு அதில் ஈர்க்கப்பட்டார் என்ற கருத்து ஏற்றுக்கொள்ளக் கூடியது அல்ல. சேரமானுக்கு முன் வாழ்ந்த கண்ணப்பர், நாவுக்கரசர், சம்பந்தர் மற்றும் தன்காலத்திலேயே வாழ்ந்து, தனக்கு உயிர்த்தோழராக விளங்கிய சுந்தரரும் ஆற்றாத அற்புதங்களா? உயிரிழந்தோரை உயிர்ப்பிப்பது முதல் மணிமுத்தாற்றில் தங்கத்தை இட்டு கமலாலயத்தில் மீட்டெடுப்பது வரை இம்மகான்கள் ஆற்றிய அற்புதங்களை பட்டியலிட்டால் ஒரு புத்தகம் போதாதே! இப்படி பல விதமான அற்புதங்கள் ஆற்றிய சிவனடியார் வழியில் வந்த சேரமான் சந்திரன் இரண்டாக பிளந்ததைக் கண்டு மதிமயங்கி இஸ்லாத்தில் இணைந்தார் என்பது சிந்திக்கவேண்டிய

விஷயம். இது அவரது அறிவாற்றலையும், புத்திசாலித்தனத்தையும் கொச்சைப்படுத்துவதாகும்.

சைவ சித்தாந்திகள் ஆன்மா உண்டு என ஒப்புக்கொண்டு உடல்வேறு, ஆன்மா வேறு என திரித்தறிந்து, ஆன்மா அழியாதது என ஏற்றுக்கொண்டு, பிறப்பு, இறப்பு என்ற நிகழ்வு உடலுக்குத்தான் என மறுபிறப்புக் கொள்கையில் ஆழ்ந்த நம்பிக்கை கொண்டவர்கள். இஸ்லாமோ இந்த உலக வாழ்க்கை ஒரு முறைதான் என நம்புபவர்கள்! ஆன்மா உடலோடு பின்னிப்பிணைந்தது, அதற்கு உய்வு உலகம் அழியும் போது தான்; இறுதி தீர்ப்பு நாள் அன்று தான். அதுவரை அது உடலோடு கட்டுண்டு கிடக்கும் என்பதற்காகவே இறந்த உடலை புதைப்பவர்கள். இறுதி தீர்ப்பு நாள் என்பது யூத மதத்தினர் எல்லோரும் நம்புகின்ற ஒரு நாள். உலகம் தொடங்கியது முதல் இன்று வரை பிறந்த மனிதர்களின் ஆன்மா அவர்களது உடலோடு பின்னிப்பிணைந்து கட்டுண்டு கிடக்கிறது; இறுதித்தீர்ப்பு நாள் அன்று அவர்கள் எல்லோரும் மீண்டும் உடலோடு எழுப்பப்படுவர்; அவர்கள் பாவ புண்ணியத்திற்கு ஏற்ப சொர்க்கத்திற்கோ, நரகத்திற்கோ அனுப்பப்படுவர் என்பது யூத மதங்களின் நம்பிக்கை.

'பிறப்பறுக்கும் பிஞ்ஞகன் தன் பெய்கழல்கள் வெல்க' என்ற வாதவூரார் வரிக்கு இணங்க, தொடர் சங்கிலிபோல் நீண்டு போகும் பிறப்பு, இறப்பு, மறுபிறப்பு என்ற சுழற்சியிலிருந்து விடுவிப்பவன் சிவபெருமான் மட்டுமே என நம்புவர்கள் சைவர்கள். வாழ்க்கை ஒரே ஒரு முறை, அதில் நன்றாக வாழ்ந்தால் சொர்க்கம், இல்லையேல் நரகம் என்ற வெட்டு ஒன்று துண்டு இரண்டு என்ற கோட்பாடு எழுப்பும் பல விடையளிக்க முடியாத கேள்விகளுக்கு விடையளிப்பது மறுபிறப்புக் கோட்பாடு. நல்லவர்களுக்கு ஏன் துன்பம் வருகிறது, துஷ்டர்கள் சீரும் சிறப்புமாய் வாழ்வதேன், முயற்சியே செய்யாத சிலருக்கு ஏன் திடீர் அதிர்ஷ்டம் வருகிறது, பல முறை முயன்றும் தோல்வியே சிலருக்கு வருவதேன் போன்ற பல கேள்விகளுக்கு பதிலளிப்பது மறுபிறவிக் கோட்பாடு. இவ்வாறு பல கேள்விகளுக்கு விடையளிக்கும் சைவத்தை விட்டு, பல கேள்விகளுக்கு விடையளிக்காத சமயத்துள் நுழைந்தார் என்பது யோசிக்க வேண்டிய விஷயம்.

ருக் வேதம் (Rig Veda) உலகிலேயே மிகப்பழமையான இலக்கியம் என எல்லோராலும் ஏற்றுக்கொள்ளப்பட்டுள்ளது. அது ஏறத்தாழ 8000

வருடங்களுக்கு முந்தையது என கருதுவோர் உண்டு. சைவ சித்தாந்திகள் வேதங்களையும், ஆகமங்களையும் தங்கள் முக்கிய ப்ரமாணங்களாக (அறிவின் கருவிகள்) ஏற்றுக் கொள்பவர்கள். வேதங்களை பொது ப்ரமாணங்களாகவும், ஆகமங்களை சிறப்புப் ப்ரமாணங்களாகவும் கொள்வது மரபு. இவ்வாறு வேத மரபில் வந்த ஒரு சைவ சித்தாந்தி முழுமை பெறாத திருக்குரானை ஏற்று மதம் மாறினார் என்பது சிந்திக்க வேண்டிய விஷயம்.

சைவ ஆகமங்கள் 28; அவற்றில் 10 இறைவனால் நேரடியாக அருளப்பட்டது எனவும், ஏனையவை இறை வழி நின்ற ஞானிகளால் அருளப்பட்டது எனவும் கருதுவது மரபு. பொதுக்காலம் 4-ம் நூற்றாண்டில் வாழ்ந்த திருமூலரின் திருமந்திரத்திலும், தேவாரம், திருமுறைகளிலும் சைவ சித்தாந்த கருத்துக்கள் விரிந்து கிடப்பதை நோக்குங்கால், 4-ம் நூற்றாண்டு முதல் 12-ம் நூற்றாண்டு வரையுள்ள காலத்தில் அவை வழக்கில் இருந்துள்ளன என புலனாகிறது. 8-ம் நூற்றாண்டில் வாழ்ந்த சேரமான் பெருமாள், சைவ சித்தாந்த கருத்துக்களை அறிந்தவராகவே இருந்திருக்க வேண்டும்.

கல்வி அந்தக்காலத்தில் அரசர்களுக்கு எளிதாக கிடைக்கக் கூடிய பொருளாக இருந்திருக்க வேண்டும். அரசகுமாரனான பெருமாக்கோதையாருக்கு ஆய கலைகள் 64-ம் கற்பிக்கப்பட்டிருக்க வேண்டும். கடந்த 2000-வருட உலக வரலாற்றை உற்று நோக்கும் எவருக்குமே புலனாவது, இந்தியா உலகிலேயே பணக்கார நாடாக திகழ்ந்திருக்கிறது;இந்தியாகலைகளிலும்,கலாச்சாரத்திலும்,கல்வியிலும் சிறந்து விளங்கியிருந்திருக்கிறது. உலகின் முதல் பல்கலைக்கழகம் பொதுக்காலம் ஆரம்பிப்பதற்கு 700 ஆண்டுகளுக்கு முன் தக்ஷசீலத்தில் துவக்கப்பட்டதென்றும், உலகின் பல பாகங்களிலிருந்து மாணாக்கர்கள் இங்கு வந்து பயின்றதாக சரித்திரம் பதிவு செய்துள்ளது. அர்த்த சாஸ்திரம் எழுதிய கௌடில்யர் என்ற சாணக்கியர், சந்திர குப்தன் ஆகியோர் இப்பல்கலைக் கழகத்தில் பயின்றோர் ஆவர். உலகின் இரண்டாவது பல்கலை கழகம், நளந்தா, இன்று அலகாபாத் என்று அழைக்கப்படும் ப்ரயாகில் ஆரம்பிக்கப்பட்டது. எல்லாவற்றிற்கும் மேலாக ஆன்மீகத்தில் இந்தியா சிறந்து விளங்கியுள்ளது. உலகின் 10 முக்கிய மதங்களில் 6 மதங்கள் இந்தியாவில் எழுந்தவை என்பது குறிப்பிடத்தக்கது. இன்றைய இந்தியர்கள் வெளிநாடு செல்ல துடிப்பது போல், அன்றைய

உலக மக்கள் ஒரு முறையேனும் இந்தியா சென்று வர வேண்டும் என விருப்பம்கொண்டு, அவ்வாறு வாய்ப்புக்கிடைத்தால் அதை பெரும் பாக்கியமாகக் கருதினர்.

இவ்வாறு செல்வத்திலும் கல்வியிலும் சிறந்து விளங்கிய இந்தியாவில் அரசகுலத்தில் பிறந்து, வளர்ந்த பெருமாக்கோதையாருக்கு கல்வியில், செல்வத்தில், ஆன்மீகத்தில் குறையிருந்திருக்க முடியாது. கல்வியோடு சார்ந்து, அரசகுல இளைஞன், சுயமாக சிந்தித்து உண்மை அறிவை பதரிலிருந்து பிரித்தெடுக்கும் உயரிய பகுத்தறிவுச் சிந்தனையும் பெற்று இருந்திருக்கவேண்டும். இவ்வாறு சுயசிந்தனையும், பகுத்தறிவும் படைத்த ஒரு சைவ நெறி சார்ந்த மன்னன், அப்பொழுது ஆரம்பிக்கப்பட்டு அதன் இறையியலும், கூறுகளும், தத்துவங்களும் செம்மைப்படுத்தப்படாத நிலையில் அதில் இணைந்தார் என்பது ஆராய்ச்சிக்குரியது.

இத்தருணத்தில் ஒரு முக்கியமான பதிவை செய்யக் கடமைப்பட்டுள்ளேன். அது சேரமான் பெருமாள் மன்னனின் மதமாற்றம் ஆகட்டும், அல்லது புனித தாமஸின் இந்திய வருகையாகட்டும், கதை விற்பனையாளர்கள் இந்தியாவுக்கு எந்த மதிப்பும் கொடுப்பதில்லை. இந்திய கல்வி, கலாச்சாரம், பாரம்பரியம், ஆன்மீகம், எதற்குமே மதிப்பு அளிப்பதில்லை. இங்கு இருந்தவர்கள் அறியாமை இருளில் மூழ்கி கிடந்தது போலவும், அவர்கள் வந்த பிறகுதான் இந்தியர்கள் அறிவு பெற்றனர் போன்ற தோற்றத்தை அளிப்பதைக் காணலாம். புனித தாமஸ் முதலில் 'Acts of Thomas' என்ற புத்தகத்தில், இந்தியர்கள் காட்டு மிராண்டிகள், நான் அங்கு செல்ல விரும்பவில்லை என மறுக்கிறார். பின்னர் அவர் குட்னஃபர் என்ற அரசனுக்கு விற்கப்பட்டு இந்தியாவுக்கு வந்ததாக கதை நடத்தப்படுகிறது.

சேரமான் பெருமாள் கதை விற்பனர்களும் அவ்வாறே அரபு வணிகர்கள் பண்பாட்டில் சிறந்தவர்களாகவும், வியாபார நெறிமுறைகளில் சிறந்து விளங்கியவர்களாகவும் காட்டப்படுகின்றனர். அதை ஏற்றுக்கொள்வோம். ஆனால் இங்கு இருந்தவர்களை பண்பற்றவர்களாகவும், வியாபார நெறி முறைகளற்றவர்களாகவும், பின் தங்கியவர்களாகவும் சித்தரிப்பதை எவ்வாறு ஏற்றுக்கொள்ள முடியும்? உலகத்துக்கு எண்ணிக்கையும், பூஜ்யத்தையும் கற்றுக்கொடுத்ததே இந்தியாதான். எண்கள் இல்லாமல் என்ன வியாபாரம் நடத்த முடியும்? எண்கள் இல்லாமல் எந்த விஞ்ஞான வளர்ச்சியும் நடந்திருக்காது என்பது

ஆல்பர்ட் ஐன்ஸ்டைனின் (Albert Einstein – CE 1879-1955) கருத்து. உலகத்துக்கு வழிகாட்டியாக இருந்தவர்களை காட்டு மிராண்டிகளாக சித்தரிப்பது சரியா?

அங்கஸ் மாடிஸன் (Angus Maddison) என்ற ஆங்கிலேய பொருளாதார வல்லுனர், கடந்த 2000 வருட உலகின் பொருளாதார, வர்த்தக, வணிக செயல்பாடுகளை ஆராய்ச்சி செய்து, இந்தியாவும், சீனாவும் முன்னணியில் இருந்துள்ளன என கண்டு பிடித்துள்ளார். சில நேரங்களில் இந்தியா, முதலாவது இடத்திலும், சில நேரங்களில் சீனா முதலாவது இடத்திலும் இருந்து வந்துள்ளது. இரண்டு நாடுகளின் ஒருமித்த உற்பத்தி திறன் (GDP) 50-60 சதவீதம் என இருந்துள்ளது. உலகின் ஏனய நாடுகள் எல்லாம் சேர்ந்து தான் 40-50 சதவீதம் உற்பத்தி திறன் கொண்டிருந்தன. உலகின் பல நாடுகள் இந்தியாவுடன் வணிகம் செய்ய விருப்பம் கொண்டிருந்தன, ஏன்? இங்கு பொருள்களை மலிவு விலையில் வாங்கி அவர்கள் நாட்டில் பெரும் விலையில் விற்று பெரும் லாபம் சம்பாதிக்கலாம் என்ற நிலை இருந்தது. இந்தியப் பொருட்களுக்கு அவ்வளவு மவுசு இருந்தது. உண்மை நிலை இவ்வாறிருக்க, இந்த கதை விற்பனர்கள் இந்தியாவில் ஒன்றுமே இருக்கவில்லை; நாங்கள் அங்கு சென்ற பிறகுதான் இந்தியாவே விழித்தெழுந்தது என கதை நடத்துவதேன்? இவர்களின் உள் நோக்கங்களை இந்தியர்களாகிய நாம் புரிந்து கொள்ள வேண்டும். இந்தியாவைக் கொச்சைப்படுத்தி, அவர்கள் வரவிற்கு பின் தான் இந்தியா முன்னேறியது என்ற தோற்றத்தை அளிப்பதைத் தவிர வேறில்லை!

சைவம் கடவுளுண்டு என்பதை நிரூபிக்கும் விதம்

பானையைக் கொண்டு அதனை உருவாக்கிய குயவன் ஒருவன் உளன் என்பதை அறிகிறோம். அதைப் போலவே உலகத்தைக்கொண்டு அதனைப் படைத்தவன் ஒருவன் இருந்தேயாக வேண்டும் என்பது உறுதியாகின்றது. 'பானை தன்னைத்தானே ஆக்கிக்கொண்டது' என்பது பொருந்தாது. 'அது என்றைக்கோ ஒருநாள் ஆக்கப்பட்டது அல்ல; அநாதிதொட்டேஆக்கப்பட்டபடியேஉள்ளது'என்றும்வாதிக்கமுடியாது. இதைப் போலவே உலகம் தன்னைத் தானே படைத்துக் கொண்டது என்றோ அல்லது ஒரு குறிப்பிட்ட காலத்தில் படைக்கப்பட்டது என்றோ கொள்ளலாகாது. உலகிலுள்ள பொருட்கள் யாவும் ஒரு காலத்தில்

தோன்றி இன்னொரு காலத்தில் அழியக்காண்கிறோம். இதிலிருந்து உலகம் முழுவதும் அழியும் தன்மையுடையது எனக் கொள்கிறோம். இதுவே சைவ சித்தாந்திகளின் கொள்கையும்.

கடவுள் உண்மையென நிரூபிக்க சைவ சித்தாந்திகள் இரண்டாவது ஒரு காரணத்தையும் கையாளுவதைக் காணலாம். ஆன்மாக்கள் பிறப்பதற்கும் இன்ப துன்பங்கள் அனுபவிப்பதற்கும் அவற்றின் கன்மமே (Karma) காரணம் என்பதை இந்துக்கள், பௌத்தர் மற்றும் சமணர் ஆகியவர் ஒப்புக்கொள்வர். அறிவில்லாத கன்மம் தன்னை செய்தோனைச் சென்று சேரவல்லது அல்ல. தான் முற்பிறப்பிலே செய்த கன்மங்களை தேடியறிந்து அவற்றின் பலன்களை புசிக்கும் வல்லமை ஆன்மாவுக்கும் கிடையாது. எனவே ஒவ்வோர் ஆன்மாவுக்கும் அதன் கன்ம பலனை புசிப்பதற்கு ஏற்ற உடலைக் கொடுக்கவும், அதன் மூலம் அந்த ஆன்மா தனது கன்ம பலங்களை புசிக்கச்செய்யவும் ஓர் இறைவன் வேண்டும் என்பதும், அவன் முற்றுணர்வுடையவனாகவும், தான் கன்மத்தால் பாதிக்கப் படாதவனாயுமிருத்தல் வேண்டும் என்பது வெளிப்படை.

இப்படி கன்மம், ஆன்மா, மறுபிறப்பு என பல சைவ சித்தாந்தங்களில் திளைத்த ஒருவர் அவற்றை தூக்கி எறிந்து விட்டு இவை மூன்றும், என்ன என்று அறியாத ஒரு சமயத்துள் நுழைவார் என்பது அவரது அறிவாற்றலையும், நல்லது கெட்டது சீர்தூக்கிப்பார்த்து சரியான பாதையில் செல்லவைக்கும் பகுத்தறிவையும் கொச்சைப்படுத்தும் செயல் என்பது எனது பணிவான அபிப்பிராயம்.

ஆட்சேபணைகளும் சமாதானங்களும்

ஒரு பானையைக் காணும் எவரும் அதனை வனைந்த ஒரு குயவன் உண்டு என்பதை மறுக்க முடியாது. இதைப்போலவே நம் காட்சிக்கு புலனாகும் உலகைக் கொண்டு அதனைப்படைத்தவனும் உண்டு என்பதை மறுக்க முடியாது. ஆனால் உலகம் என்று ஒரு பொருள் உண்மையிலேயே உண்டு என்று ஒப்புக்கொண்டால் தானே, அதனைப் படைத்தவனைப் பற்றிய பேச்சுக்கே இடமுண்டு. ஆனால் உலகம் உண்மை என்பதற்கு என்ன ஆதாரம்? நமது கண்ணுக்குத் தெரிகிறது என்பது மட்டும் தானே ஆதாரம். ஆனால் கண் முதலிய நமது புலன்கள் எவ்வளவு தூரம் நம்பத்தக்கன? நமது புலன்கள் நம்பத்தக்கன அல்ல என்பதில்

உறுதியாக இருப்பவர்கள் சைவ சித்தாந்திகள். புலன்கள் நம்மை பல சமயங்களில் ஏமாற்றி விடுகின்றன. இல்லாதவற்றை இருப்பனவாக காட்டி விடுகின்றன; அநித்தியமானவற்றை நித்தியமானவையாக தோன்றும் படி செய்கின்றன. இப்படிப்பட்ட கீழ்த்தரமான புலன்கள் காட்டும் உலகம் உண்மை என எப்படி ஒப்புக்கொள்ளலாம்?

புலன்கள் ஒவ்வொரு சமயம் உள்ளதை உள்ளபடி காட்டவில்லை என்பதற்காக உலகமே பொய் என வாதிடுவது பொருந்தாது. உலகம் உண்மையல்ல என வாதிடுவதும் பொருந்தாது. உலகம் உண்மையல்ல என வாதிடும் வேதாந்திகள் கூட அது முயற்கொம்பு போல், ஆகாயத்தாமரை போல இல்லாதது அல்ல, என ஒப்புக்கொள்வர். இந்த உலகம் ஒரு தோற்றம் என்று வைத்துக்கொண்டால் கூட இத்தோற்றத்தை தோற்றுவிக்க ஒருவன் வேண்டும். எனவே மேற்கூறிய ஆட்சேபனை பொருந்தாது.

இப்படி ஆட்சேபனைகளும், சமாதானங்களும் எழுந்திருந்திருக்கின்றன என்பதே, இதைப்பற்றிய விவாதம், தர்க்கம் நடந்துள்ளது என்பதைக் காட்டுகிறது. சைவத்தில் எவரும் கண்மூடித்தனமாக எதையும் ஏற்றுக்கொள்ளவோ, நம்பவோ இல்லை என்பது புலனாகிறது. இப்படி வழி வழியாக வந்த சைவ மார்க்கத்திலிருந்து, அவர்கள் கூறுவதைக்கண் மூடித்தனமாக நம்பவேண்டும் என்று கூறும் மார்க்கத்துக்குள் மன்னன் சேரமான் பெருமாள் நுழைந்தார் என்பதை ஏற்றுக்கொள்ள முடியவில்லை.

படைப்பின் நோக்கம்

உலகம் உண்மை; அது படைக்கப்பட்ட பொருள். எனவே அதைப் படைத்தவனும் இருந்தேயாக வேண்டும் என்று மேலே பார்த்தோம். மேலும் இதனை ஆராய்வோற்கு அவன் ஏன் படைத்தான்? எங்ஙனம் படைத்தான்? என்ற கேள்விகள் எழும். இறைவன் உலகோடு சேர்த்து உயிர்களையும் படைத்தான் என்றால் இப்படைப்புக்கு ஒரு காரணமும் இல்லாமல் போய் விடும். உயிர்களும் படைக்கப்பட்டவை எனக் கொண்டால் அவையும் அழியும் தன்மையுடயவை என்றாகும்.

சைவ சித்தாந்திகள் கொள்கை, உயிர்கள் நித்தியமானவை, என்றும் அவை அநாதி தொட்டே ஆணவ மலத்தால் கட்டுண்டு அல்லல் படுகின்றன என்பதுமாகும். இந்த ஆணவ மலத்திலிருந்து,

அது காரணமாக உண்டாகும் அல்லல்களிலிருந்து ஆன்மாக்கள் நீங்குவதற்குத் துணையாக இறைவன் இவ்வுலகைப் படைக்கிறான். இதுவே படைப்பின் நோக்கம்.

படைக்கும் விதம்

குயவன் பானையை மண்ணிலிருந்து வனைகிறான். மண் பானைக்கு முதல் காரணம். அவன் உபயோகிக்கும் கருவிகள் துணைக் காரணம். குயவன் நிமித்த காரணம்.

உலகுக்கும் இம்மூன்று காரணங்கள் உண்டு. உலகுக்கு இறைவன் நிமித்த காரணம். அவனுடைய சக்தி துணைக்காரணம்; மாயை முதற்காரணம்.

"இறைவன் சர்வ வல்லமையுடையவன். மாயை, சக்தி ஆகியவற்றின் துணையில்லாமலே அவனால் இந்த உலகைப் படைக்க இயலாதா?" என கேள்வி வருகிறது. மேலும் மூலப்பொருளாக ஒரேயொரு பொருள் உள்ளதாகவும், அதிலிருந்து இவ்வுலகம் தோன்றியதாக வேதங்கள் கூறுகின்றன. அப்படியானால் இறைவன், சக்தி, மாயை என பல மூலப்பொருள்களை சைவ சித்தாந்திகள் கொள்ளுகின்றனரே; இது எவ்வாறு என்ற வினாவும் எழலாம்.

மாயையே உலகுக்கு முதற்காரணம்

"இறைவன் சித்துப்பொருள் இந்த உலகம் சடப்பொருள். சடப்பொருளாகிய உலகுக்குமூலம் சடப்பொருளேயாகும்; சித்துப் பொருளாகாது," என்பது சைவத்தின் அடிப்படை கொள்கைகளுள் ஒன்று. சடத்திலிருந்து சடம் தோன்றுமேயொழிய, சித்திலிருந்து சடம் தோன்றாது. இதனால்தான்சடவுலகுக்குமூலமும்சடப்பொருளாயிருத்தல் வேண்டும் என சைவசித்தாந்திகள் கொள்ளுகின்றனர். மண்ணிலிருந்து பானையை வனையும் போது மண் பலவித மாற்றங்களை அடைகிறது. இறைவனிடமிருந்தே உலகம் உற்பத்தியாகிறது என்றால், இறைவனும் பல விகாரங்கள் அடைய வேண்டியது வரும். ஆனால் இறைவன் எக்காலமும் விகாரங்கள் அடையாதவன் என வேதங்கள் கூறுகின்றன. இறைவனில் இருந்து அல்ல, மாயையில் இருந்துதான் உலகம் உற்பத்தியாகிறது என சைவ சித்தாந்திகள் கொள்ளுவதற்கு இது முக்கிய காரணம். பேராற்றல் உள்ள இறைவன், உலகைப் படைப்பதற்கு ஏன்

மாயையின் துணையை நாட வேண்டும்? பிரம்மத்திலிருந்தே உலகம் உற்பத்தியானது என ஏன் கொள்ளக் கூடாது, போன்ற வினாக்களுக்கு விடைகள் இவை.

இறைவன் விகாரமடைவதில்லை

நாம் ஒரு சிறு தொழில் செய்தால் கூட நம் உள்ளமும் உடலும் அதனால் பாதிக்கப்படுகின்றன. மாபெரும் தொழிலாகிய உலகைப் படைத்தலைச் செய்யும் இறைவன் அதனால் பாதிக்கப்பட்டு விகாரமடைவதில்லையா என்ற கேள்வி எழுகிறது. சைவ சித்தாந்திகள் ஒரு சிறப்பான எடுத்துக்காட்டோடு அதற்கு விடையளிக்கின்றனர். சூரியனால் தாமரை மலர்கிறது; அதனால் சூரியன் எவ்வித விகாரமடைவதில்லை என்பதே அவர்கள் விடை. இறைவன் கடினமான படைத்தல் தொழிலில் ஈடுபட்டிருந்தாலும், அதனால் அவனுக்கு பாதிப்பு இல்லை.

சித் சக்தி

சித்துப் பொருளாகிய இறைவன் தனக்கு நேர்மாறான சடப்பொருளாகிய மாயையை எங்ஙனம் இயக்குவான் என்பது அடுத்தாற்போல் எழக்கூடிய ஆட்சேபணை. இறைவன் தானே நேரே மாயையை இயக்குகின்றான் என சைவ சித்தாந்திகள் கொள்வதில்லை. இறைவன் தன் சித் சக்தியைக் கொண்டே மாயையை இயக்குவான் என்பது சைவ சித்தாந்திகளின் விடை.

"இறைவன் வேறா, அவன் சக்தி வேறா" என வினவலாம். "ஒரு விதத்தில் இறைவனும் அவனது சக்தியும் ஒன்று; இன்னொரு விதத்தில் அவை இரண்டும் வேறு", என சைவர் கூறுவர். இறைவனும் அவனது சக்தியும், சூரியனும் அவனது ஒளிக்கதிர்களும் போன்றவை. சூரியனின்றி ஒளிக்கதிர்கள் இருக்கமுடியாது. ஆயினும் கதிர்கள் தாம் சூரியன் என நாம் கொள்ளுவதில்லை.

இறைவன் ஒருவன் உண்டு, இறைவனின் தன்மை, படைக்கும் தொழில், அதன் நோக்கம், இறைவனின் விகாரமடையாத் தன்மை ஆகியவற்றுக்கு சைவம் ஆணித்தரமான பதில்களை அளிக்கிறது. இவ்வாறு சைவ நெறியில் வாழ்ந்த ஒருவர், இறைவன் என்பவன் நம்மை தண்டனை அளிக்க காத்திருக்கும் ஒரு சர்வாதிகாரி போல் உருவகப்படுத்தும் சமயத்துள் நுழைந்தார் என்பது ஐயத்துக்குரியதாகும்.

இந்திய இறையியல் தத்துவ ஞானம், எண்ணற்ற தத்துவ சிந்தனைகளை உள்ளடக்கியதாகும். உலகிலேயே மிகப் பணக்கார நாடாக இருந்த இந்தியா வியாபாரம் செய்வதிலும் பணம் சம்பாதிப்பதிலும் மட்டும் குறியாக இருக்கவில்லை. அதே நேரத்தில் இறைவன் என்று ஒருவன் உண்டா, உலகுக்கும் அவனுக்கும் என்ன தொடர்பு, உயிர்களும் மனிதர்களும் ஏன் படைக்கப்பட்டனர், என்ற கேள்விகள் நமது முன்னோர் மனதில் எழுந்திருந்திருக்கின்றன. மனிதன் இறக்கும் போது உயிரற்று கிடக்கும் சடலத்தை மனிதன என யாரும் அழைப்பதில்லை. அந்த உடலுக்கு உயிரளித்த, அந்த உடலோடு சார்ந்து உலக அனுபவங்களை பகிர்ந்த ஏதோ ஒன்று உடலை விட்டு வெளியேறி விட்டது என புரிந்து கொண்டனர். இந்த உடல் மண்ணிலிருந்து வந்தது, அது மண்ணில் சென்றடைகிறது. உடலில் இருந்து வெளியேறிய, இவ்வளவு நாளும் இந்த உடலை இயக்கிக் கொண்டிருந்த ஏதோ ஒன்று இந்த உடலில் இல்லை. அது என்ன? அது எங்கே சென்றது? என்ற பல கேள்விகளுக்கு விடை நமது முன்னோர்களும், முனிவர்களும், ரிஷிகளும் கண்டு பிடிக்க முயன்று வந்துள்ளனர். அவர்களின் முயற்சி, அவர்கள் தியான நிலையில் இருக்கும் போது கண்டறிந்த உண்மைகள், இந்திய தத்துவ ஞானமாக பரிணமித்திருக்கிறது. மூன்று விஷயங்களைக் குறித்து முக்கியமாக ஆராய்ச்சி செய்துள்ளனர். ஈஸ்வர, ஜீவ, ஜகத் என வடமொழியில் அறியப்படும் இறைவன், உயிர்கள், உலகம் ஆகியவற்றைக் குறித்து விரிவான ஆராய்ச்சி நடத்தி, அவர்கள் கண்ட உண்மைகளே இந்தியா ஆன்மீகத்தில் உலகின் தலை நகராக விளங்குவதற்கு வழிகோலியதும் உலகில் முக்கியமாக கருதப்படும் ஆறு மதங்கள் இங்கிருந்து எழுந்ததற்கு காரணமாகும். ஒன்பது வாயில்கள் கொண்ட இந்த உடலுக்கு உயிரளிப்பது கண்ணுக்கும் மற்ற புலங்களுக்கும் புலப்படாத 'ஆன்மா' என இந்திய மதங்கள் அழைக்கின்றன. ஆன்மாவைப் பற்றியும் சைவ சித்தாந்திகள் தெளிவான கொள்கைகள் கொண்டிருந்தனர்.

ஆன்மாவும் சைவமும்

ஆன்மா பற்றிய கருத்துக்களை நான்காகப் பிரிக்கலாம். 1. ஆன்மா என ஒன்று உண்டு என நிரூபிப்பது 2. ஆன்மாவின் இயல்புகள் 3. ஆன்மாவின் லட்சியம் 4. ஆன்மாவின் லட்சியத்தை அடையும் வழிமுறைகள். ஆன்மா உண்டு என்று கொண்டால் தான் மற்ற மூன்றுக்கும் இடமுண்டு. இந்திய மதங்களை ஆன்மா கண்ணுக்கு புலப்படாவிட்டாலும், உண்டு

என்று கூறும் ஆத்மவாதிகளாகவும் ஆன்மா என்று ஒன்று கிடையாது எனக்கூறும் அநாத்மாவாதிகளாகவும் பிரிக்கலாம். சைவ சித்தாந்திகள் ஆன்மா உண்டு என ஒப்புக்கொள்வோரில் முன்னணியில் நிற்போர்.

அநாத்மவாதிகள் (ஆன்மாவை ஒப்புக்கொள்ளாதோர்)

இந்திய மதங்களுள் உலகாயதம், பௌத்தம், வேதாந்தம் என்ற மூன்று பெரும் மதங்கள் ஆன்மாக்களை ஒப்புக்கொள்ளாதவை.

பாக்கு, வெற்றிலை, சுண்ணாம்பு மூன்றும் சேரும் போது ஒரு சிவப்பு நிறம் தோன்றுவது போல, பஞ்ச பூதங்களின் சேர்க்கையால் உடல் உருவாகிறது; கூடவே அச்சேர்க்கையின் விளைவால் ஒரு சக்தியும் உண்டாகிறது. உடல் அழியும்போது அந்த சக்தியும் அழிந்து போகிறது. இது உலகாயதத்தின் கருத்து.

பௌத்தர்கள் எல்லோருமே ஆன்மா என ஒரு நிலையான பொருள் கிடையாது என வாதிப்போர். அதில் மாத்தியமிகம் எனப்படும் ஒரு பிரிவினர் ஒன்றுமே இல்லை என வாதிடுவோர். இதற்கு சூன்யவாதம் என இன்னுமொரு பெயரும் உண்டு. பௌத்தத்திற்கு அநாத்மவாதம் என்ற பெயரும் உண்டு.

மூன்றாவது அணியினர் வேதாந்திகள். இவர்கள் ஆன்மாவே இல்லை என்று கூறுவதில்லை. மற்றவர்கள் ஒரு ஆன்மா கூட கிடையாது எனக்கூறும் போது இவர்கள் ஒரே ஒரு ஆன்மா மட்டுந்தான் உண்டு என சாதிப்பவர்கள். அதுவே பரமாத்மா என்பது இவர்கள் கொள்கை. அதனால் இவர்களுக்கு ஏகான்மவாதிகள் என்ற பெயரும் வழங்கலாயிற்று. ஒரு ஆன்மாவே பல சீவான்மாக்களாக தோன்றுகிறது. ஒவ்வொரு உடலோடும் ஒரு ஆன்மா உண்டு என்பதை இவர்கள் ஒப்புக் கொள்வதில்லை. அதனால் இவர்கள் சைவ சித்தாந்தத்துக்கு எதிர் கட்சியில் சேர்க்கப்படுகிறார்கள்.

சைவர்கள் கொள்கைப்படி ஆன்மாக்கள் பல. ஒவ்வொரு உடலோடும் ஒரு ஆன்மா உள்ளது. ஆன்மாக்கள் யாவையுமே உண்மை. நித்தியமானவை. இதனை அநேகான்மவாதம் எனக்கூறுவதுண்டு.

“இலதென்றலின் உளது” என்பது சிவஞான போத சூத்திரத்திலுள்ள வசனம். இதன் பொருள் இல்லை எனபதே உண்டு என்பதற்கு அத்தாட்சி. சைவ சித்தாந்திகள் சூன்யவாதிகளை மடக்கும் இந்த முறை

மிக பொருத்தமானது. ஆன்மா உண்டெனக் கூறுவோர் ஒவ்வொருவரது கூற்றையும் ஆராய்ந்து அவற்றை மறுத்து ஆன்மா இல்லையென முடிவு பண்ணுகிறான் சூன்யவாதி. இவ்வாறு மற்றவர்களுடைய கொள்கைகளை ஆராய்ந்து, மறுத்து, ஆன்மா இல்லை என முடிவு செய்யும் அறிவு எதுவோ, அதுவே ஆன்மா என்கின்றனர், சைவ சித்தாந்திகள்.

இப்படி வாதம், பிரதிவாதம், என ஒவ்வொரு கட்சியினரும் தங்கள் கொள்கைகளை நிலை நாட்ட தங்கள் புத்திசாலித்தனத்தையும், விவாதத் திறமையையும் உபயோகித்துள்ளனர். இது பல விதமான கொள்கைகளும், எதிர்மறை கொள்கைகளை உருவாக்கி, வளர்ந்து, பெரிய மதங்களாகவும், தத்துவ சிந்தனைகளாகவும் பரிணமித்திருப்பதை இந்தியாவில் காணலாம். உலகின் பிற பகுதிகளில் தங்கள் கொள்கை அல்லது மதம் தான் வளர வேண்டும். எதிர் கருத்துக்கள் முறியடிக்கப்பட வேண்டும் என ஆட்சியாளர்களும், மதத்தலைவர்களும் கண்மூடித்தனமாக செயல்பட்டு, எதிரிகளை அழித்தும், அவர்கள் புத்தகங்கள் தீக்கிரையாக்கி அழிக்கப்பட்டதும், சரித்திரத்தில் பதிவு செய்யப்பட்டுள்ளன. எங்களுக்கு வேண்டியது எங்கள் புனித புத்தகத்தில் உள்ளது; வேறு எந்த புத்தகங்களும் எங்களுக்கு வேண்டாம் என குறுகிய கண்ணோட்டத்தோடு செயல்பட்டு, பல நூற்றாண்டுகளாக சேகரித்து வைத்திருந்த அரும்பெரும் நூலகங்கள் அலக்சாண்டிரியாவிலும், நளந்தாவிலும், உலகின் பல பாகங்களிலும் எரிக்கப்பட்டது சரித்திர சுவடுகளில் பதிவு செய்யப்பட்டுள்ளது. இந்தியர்கள் பாரம்பரியமாக எதிர் கருத்துக்களை புத்திசாலித்தனத்தாலும், விவாதத்திறமையினாலும் எதிர்கொள்ள நினைத்தார்களேயொழிய, கத்தியாலும், தீயினாலும் எதிர்கொள்ளவில்லை என்பது இந்நாட்டின் சிறப்பு. இப்படி சிறப்பு மிக்க பாரம்பரியத்தில் திளைத்த ஒரு சைவ சித்தாந்த மன்னன், தங்கள் மதமே உண்மையானது, சிறந்தது; தங்கள் இறைதூதரே உண்மையான, கடைசியான இறைதூதர், மற்ற மதத்தினர் நம்பிக்கையற்றவர்கள், நாத்திகர்கள், என பிற மதங்களை இழிவாக கருதும் ஒரு மதத்தில் நுழைந்தார் என்பதில் சிறிதும் நம்பகத்தன்மை இல்லையே?

ஆன்மா எனப்படுவது யாது?

மனிதனின் தேகம் தான் ஆன்மா என வாதிப்போர் உண்டு. இவர்களை தேகான்மவாதிகள் என்பர். இவர்களின் சொற் பிரயோகம்

கொண்டே இவர்கள் கருத்தை சைவர்கள் மறுக்கின்றனர். “எனது உடல்”, “உனது உடல்” என்று பொதுவாக குறிப்பிடுவது வழக்கம். இந்த சொல் பிரயோகத்திலிருந்தே “நான் வேறு; என் உடல் வேறு” என்பது தெளிவாகிறது. எனது உடல் என்று கூறும்போது உடலுக்கு சொந்தக்காரன் யாரோ, அவனே “ஆன்மா” என்பது சைவ சித்தாந்திகளின் வாதம்.

இவ்வாறு இந்திரியங்களை ஆன்மா எனக்கருதும் இந்திரியான்மவாதி, அந்தகரணங்களை ஆன்மாவாகக் கருதும் அந்தகரணவாதி, சூக்கும தேகத்தையே ஆன்மாவாகக் கருதும் சூக்குமதேகான்மவாதி, பிராணனை ஆன்மாவாகக் கருதும் பிராணான்மவாதி ஆகிய அனைவரையும் மறுத்து, இவற்றுள் எதுவும் ஆன்மா அல்ல. இவற்றுக்கெல்லாம் வேறாக, இவற்றின் அடிப்படையாக உள்ளதும், இவையாவும் தொழிற்பட உதவுவதும் எதுவோ, அதுவே ஆன்மா என சைவ சித்தாந்தம் நிலைநாட்டுகின்றது,

ஆன்மாக்கள் படைக்கப்பட்டனவா?

இந்த ஆன்மாக்கள் யாவும் குறிப்பிட்ட ஒரு காலத்தில் ஆண்டவனால் படைக்கப்பட்டன என்பது பொருந்தாது. இடையில் படைக்கப்பட்ட எதற்கும் அழிவுண்டு என்பது நியதி. எனவே அவை நித்தியமானவை என கொள்ள முடியாது. இது ஒரு ஆட்சேபணை.

இனி, இறைவன் தேவை ஏதும் அற்றவன். அத்தகைய ஒருவன் எதற்காக ஆன்மாக்களைப் படைக்கிறான்? இது இன்னொரு ஆட்சேபணை.

சரி, அங்ஙனம் படைத்தவன் எதற்காக சில ஆன்மாக்களை நல்ல உடல்களோடும், சில ஆன்மாக்களை கூன், குருடு, நோய் முதலிய குறைபாடுகளுடைய உடல்களோடு படைக்கிறான் என்பது இன்னோர் ஆட்சேபணை.

அதனால் தான் ஆன்மாக்கள் படைக்கப்பட்டவையல்ல; அவை என்றும் உள்ளவை, நித்தியமானவை என்ற முடிவுக்கு வருகின்றனர்.

மேலும், ஆன்மாக்களுக்கு கிடைக்கும் உடல் வேறுபாட்டுக்கு அவை தத்தம் முற்பிறப்பிலே செய்த கன்மமே (Karma) காரணம் என்றும், அத்தகைய கன்மங்களில் அவை ஈடுபடுவதற்குக் காரணம் அவைகளை அநாதியாக பற்றி நிற்கும் ஆணவம் என்றும் கண்டு கொண்டனர்.

இதிலிருந்து பிறப்பு, மறுபிறப்பு என்ற சுழற்சி ஆன்மாக்களுக்கு ஆணவ மலத்திலிருந்து விடுபடுவதற்கு அளிக்கப்படும் வாய்ப்பு எனக்கொள்ளலாம். இந்த வாய்ப்பு பலமுறை வழங்கப்படுகிறது எனவும் கொள்ளலாம். யூத மதங்கள் மனித வாழ்க்கை ஒரு முறை தான் வாய்க்கிறது; அதில் மனிதன் செய்யும் பாவ புண்ணியங்களுக்கு ஏற்ப சொர்க்கமும், நரகமும் இறுதி தீர்ப்பு நாளில் தீர்மானிக்கப்படுகிறது என எண்ணுபவை. இந்த எண்ணத்தில் ஏற்படும் இடர்பாடுகள் என்னவென்றால், சில ஆன்மாக்களுக்கு நல்ல உடல்களும், நல்ல சூழ்நிலையும் அமைய, பிறவற்றிற்கு அத்தகைய சலுகை வழங்காமல், இருப்பது ஒரு வாழ்க்கை, எல்லோரும் சமம், எல்லோரும் நல்ல படியாக வாழுங்கள் என்பது, இறைவனை ஒரு நடுநிலையாளனாக காட்டாது, ஒன்று. இரண்டாவது, எல்லோருக்கும் ஒரே வித உடல், சூழ்நிலை, ஆற்றல் வழங்காது எல்லோரும் சமம், எல்லோரும் நல்ல வாழ்க்கை வாழுங்கள்; ஆனால் ஒரு வாழ்க்கை தான் உண்டு. நீங்கள் உய்வதும் உய்யாததும் உங்கள் கையில் என்று கூறுவது எப்படி நியாயமாகும்?

நல்லவனுக்கு துன்பங்கள் தொடருவதும், தீயவனுக்கு வாழ்க்கை சிறப்பாக அமைவதும், விளக்க முடியாத அவலங்களாகவே தொடரும் இடர்பாடும் உண்டு.

பிறவிகள் பல உண்டு; தத்தம் முன்பிறவி கன்மத்திற்கு (Karma) ஏற்றபடி உடலும் வாழ்க்கையும் இப்பிறவியில் அமைகின்றது என்ற சைவ கோட்பாடு இந்த இடர்பாடுகளில் இருந்து விடுதலை அளிக்கிறது.

இவற்றை அறிந்து சிவபெருமான் கழல்கள் பற்றி வாழ்க்கை நடத்திவந்த மன்னன் சேரமான் பெருமாள், எப்படி மதம் மாறியிருக்க முடியும்?

ஆன்மாவின் இயல்புகள்

ஆன்மா என்ற சொல்லுக்கு பொருள் வியாபகமாய், நித்தமாய், சித்தாய் உள்ளது என்பதாகும். இந்த மூன்று சொற்களும் கவனிக்கத்தக்கன. வியாபகமாய் என்பதற்கு எங்கும் பரவியுள்ளது எனப்பொருள். நித்தமாய் என்பதன் பொருள் அழியாதது, என்றும் உள்ளது எனவும், சித்தாய் என்பதற்கு அறிவுடையது எனப் பொருள். இப்படி வியாபகமாய், நித்தியமாய், சித்தாய் இருக்கும் ஆன்மாவுக்கு, செம்பை களிம்பு பற்றி இருப்பது போல, ஆணவம் என்னும் மலம் அநாதி காலம் தொட்டே

பற்றி நிற்கின்றது. இதை உணர்த்தவே சைவர்கள் ஆன்மாவை பசு என்ற சொல்லால் குறிப்பிடுவர். பசு என்றால் கட்டுண்டது என்று பொருள். ஆன்மாவின் எங்கும் பரந்து நிற்கும் நிலையைத் தடுத்து, அதனை அணுவாக்குவது இந்த ஆணவம். அறிவை இயல்பாகக் கொண்ட ஆன்மாவின் அறிவைக் கெடுத்து அறியாமையில் அமிழ்த்துவதும் இந்த ஆணவமே. இது அநாதியாகவே ஆன்மாவை பற்றி நிற்பது என்பதை உணர்த்த இதனைச் சகமலம் எனக் கூறுவதுண்டு. (சகசம் – கூடப்பிறந்தது)

மேலும் ஆன்மாவின் இயல்புகளிலே முக்கியமானவை இரண்டு. ஒன்று, ஆன்மா எப்போதும் தானாகவே தனித்து நிற்பதில்லை; தனித்து நிற்க முடியாது. அது எப்போதும் எதாவது ஒன்றைச் சார்ந்தே நிற்கும். பெத்த நிலையில், அதாவது அதாவது கட்டுண்ட நிலையில், ஆணவத்தை சார்ந்து நிற்கும். முத்தி நிலையில், இறைவனைச்சார்ந்து நிற்கும்.

மற்றொரு இயல்பு, ஆன்மா எதைச் சார்கின்றதோ அதை அடைவதாகும். ஆணவத்தைச் சார்ந்து நிற்கும் போது ஆணவத்தின் இயல்பாகிய அறியாமையுள் அமிழ்கிறது. அதைப்போல இறைவனைச் சாரும் போது இறைவனது இயல்புகளை பெற்று நிற்கும். ஆணவம் அசத்து. ஆணவத்தைச் சாரும் போது ஆன்மா தானும் அசத்தாகி விடுகின்றது. இறைவன் சத்து; இறைவனைச் சார்ந்து நிற்கும் போது, ஆன்மா சத்தாகி விடுகின்றது. இங்ஙனம் ஆன்மா சத்தாகவும் அசத்தாகவும் மாறும் இயல்பையுடையது என்பதை உணர்த்த அதற்குச் 'சதசத்' என்ற ஒரு பெயரையும் சைவ சித்தாந்திகள் இட்டுள்ளனர். மேகத்திலிருந்து விழும் தூய மழைத்துளி எந்த நிலத்தில் விழுகிறதோ, அந்த நிலத்தின் நிறத்தையும் தன்மையையும் அடைகின்றது. பளிங்கையும் இந்த இயல்புக்கு உவமையாகக் காட்டுவது உண்டு. பளிங்கு எப்பொருளுக்கு பக்கத்தில் வைக்கப்பட்டிருக்கின்றதோ அப்பொருளின் நிறத்தையே காட்டும்.

இவ்வாறு ஆன்மாவின் இயல்புகளை பரிசீலித்தபின், அதன் லட்சியம் என்னவென்று புரிந்து கொள்ள எளிதாகிறது. தன்னை அறியாமையுள் அமிழ்த்தி அல்லற்படுத்தும் ஆணவ மலத்தினதும், அதன் தொடர்ச்சியாக எழும் கன்மம், மாயை ஆகிய ஏனைய மலங்களினதும் பிடியிலிருந்து தன்னை விடுவித்துச் சத்தாகியதும், சித்தாகியதும், ஆனந்தமாகியதுமான பரம்பொருளைச் சாருவதே ஆன்மாவின் லட்சியமாகும்.

இப்படி ஆன்மா என்று ஒன்று உண்டு என நிரூபித்து, ஆன்மாவின் இயல்புகளையும், பண்புகளையும் பட்டியலிட்டு, ஆன்மாவின் லட்சியத்தை வரையறுத்து, ஆன்மாக்களின் மரபியல் மற்றும் இயக்கவியல்களுக்குள்ளும் ஆழமாக நுழைந்து ஆராய்ச்சி செய்த அன்னிய மதத்தினர் எவரேனும் உண்டோ? இந்நுண்ணிய ஆராய்ச்சியையும் அதன் முடிவுகளையும் உதறித்தள்ளி விட்டு சந்திரன் பிளந்ததைக் கண்டு அரேபியாவிற்கு கப்பலேறினார் என்பது எப்படி பொருந்தும்?

இவ்வாறு ஆன்மாவின் லட்சியத்தை வரையறுத்த சைவ சித்தாந்திகள், அதனை அடையும் வழியையும் விவரித்துள்ளனர்.

ஆன்மாவின் நிலைப்பாடுகள்:

ஆன்மாவின் ஆராய்ச்சியை அதன் அடி ஆழம் வரை எடுத்துச்சென்று விளக்க முயன்றவர்கள் சைவ சித்தாந்திகள். ஆன்மாவுக்கு மூன்று நிலைகள் உண்டு. அந்த நிலைகளை அவஸ்தை அல்லது அவத்தை எனவும் அழைப்பர்.

கேவலாவஸ்தை:

முதலாவது அவஸ்தை கேவலாவஸ்தை எனப்படும். கேவலம் என்பதற்குப் பொருள் “மாத்திரம்” என்பதாகும். ஆன்மா தனித்து நிற்பதில்லை; எப்போதும் ஒன்றைச் சார்ந்தே நிற்கும் என ஏற்கனவே பார்த்தோம் மேலும் அது எதைச்சார்ந்து நிற்கிறதோ அதன் மயமாகிவிடும் என்பதும் எற்கனவே பார்த்த செய்தி. கேவலாவஸ்தை அல்லது கேவலாவத்தையில் ஆன்மா ஆணவத்தோடு மட்டும் சார்ந்து அதன் மயமாகி நிற்கும்; மற்ற மலங்களோடு சார்ந்து நிற்பதில்லை ஆன்மாவுக்கு ஆணவம் ஒரு அழுக்கு போன்றது. இதனை உணர்த்தவே ஆணவத்துக்கு ‘மலம்’ என்ற சொல் பிரயோகிக்கப்படுகிறது. ஆன்மாவை பற்றி நிற்பது ஆணவ மலம் என்று அழைக்கப்படுகிறது. ஆன்மாவைப் பற்றி நிற்கும் வேறு இரண்டு மலங்களும் உண்டு; அவை கன்மமும், மாயையுமாகும். ஆன்மாவைப் பற்றி நிற்கும் மும்மலங்களுள் ஆணவமே அடிப்படையானதும், பொல்லாததும், மிக முக்கியமானதும் ஆகும், என்பது சைவ சித்தாந்திகள் கருத்து. ஏனய மதத்தினர் டலர் ஆணவ மலம் என ஒன்று உண்டு என்பதையே ஒப்புக் கொள்வதில்லை.

ஆணவ மலம்:

ஆணவ மலம் அநாதியாயே ஆன்மாவைப் பற்றி நிற்பது, இதனால் இது சகமலம், மூலமலம் எனவும் அழைக்கப்படுவதுண்டு. ஆன்மாவை ஆணவமலம் பற்றியிருப்பதை விளக்க செம்பிற்களிம்பு, நெல்லில் உமி, கடல் நீரில் உவர்ப்பு ஆகிய உதாரணங்களை சைவர்கள் காட்டுவார்கள். செம்பை களிம்பு பற்றியிருப்பது போலவும், அரிசியை உமி மூடியிருப்பது போலவும் கடல் நீரில் உப்பு கரைந்திருப்பது போலவும் ஆன்மாவை ஆணவம் இடைவிடாது பற்றியிருக்கின்றது.

ஆணவத்தை இருளோடு ஒப்பிடுவதும் உண்டு. இருள் தன்னிடத்தில் உள்ள பொருளை மறைக்கும்; ஆனால் பொருள்கள் நம் கண்ணுக்கு புலப்படா விட்டாலும் இருள் நம் கண்களுக்கு புலப்படுகிறது. ஆணவம் நமது அறிவை மறைக்கிறது; அதே சமயம் தன்னையும் மறைக்கிறது, தன் செயலையும் மறைக்கிறது. இருள் தன்னைத் தான் காட்டிக் கொண்டே தன் செயலைச் செய்கிறது. ஆனால் ஆணவம் வெளிப்படாமல் தன்னை மறைத்துக் கொண்டே தனது தொழிலைச் செய்கிறது. இதனாலேயே ஆணவம் என ஒன்று உண்டு என்பதையும், அதுவே நமது அறிவின்மைக்குக் காரணம் என்பதையும் நாம் உணரமுடிவதில்லை. ஆன்மா ஆணவத்துள் அமிழ்ந்து ஆணவமே மயமாக ஒடுங்கிக் கிடக்கும்.

சகலாவஸ்தை:

இங்ஙனம் ஒடுங்கிக் கிடக்கும் ஆன்மா மாயை எனப்படும் மூலப்பொருளிலிருந்து உற்பத்தியாகும் உடம்பையும், உலகையும் பெற்று இயங்கத் தொடங்கும். ஆன்மாவின் இரண்டாவது அவஸ்தை இது இந்த அவஸ்தையில் ஆணவத்தோடு மட்டுமின்றி கன்மம், மாயை ஆகிய சகல மலங்களோடும் ஆன்மா சேர்ந்து நிற்பதால் சகலாவஸ்தை எனப்படும்.

இந்த அவஸ்தையில் இச்சை, ஞானம், கிரியை ஆகிய மூன்றும் உண்டு. இதுவே மனிதர்களாகிய நாம் அனைவரும் இருக்கும் நிலை. கேவலாவஸ்தையில் ஆன்மாவுக்கு அறிவே கிடையாது. சகலாவஸ்தையில் தனு கரணங்களின் துணையினால் ஆன்மா சிறிது அறிவு பெற்ற போதும், அது பூரண அறிவு ஆகாது. அந்த அறிவால் நிலையற்ற பொருள்களை மட்டுமே அறிய முடியும்; அதாவது அசத்துப் பொருள்களை மட்டுமே அறிய முடியும். இது தெளிவான அறிவல்ல.

நிலையற்றனவாகவும், துன்பம் தருபவனாகிய உலக போகங்கள் நிலையுள்ளன எனவும் இன்பம் தருவன எனவும் கருதி மயங்கி நிற்கும் மயக்க நிலை. கேவலாவஸ்தையை இருள் நிலை எனக்கொண்டால், சகலாவஸ்தையை மருள் நிலை எனக் கொள்ளலாம்.

சுத்தாவஸ்தை

இருள் நிலை எனப்படும் கேவலாவஸ்தையும், மருள் நிலை எனப்படும் சகலாவஸ்தையும் நீங்கி ஆன்மா பூரண அறிவை பெறும் நிலையை அருள் நிலை எனக் கொள்ளலாம். இந்த நிலையே சுத்தாவஸ்தை எனப்படும், ஆன்மாவின் மூன்றாவது நிலை.

அவஸ்தைகளும் ஐந்தொழில்களும்

ஆன்மாக்களது இந்த மூன்று அவஸ்தைகளுக்கும், இறைவனது ஐந்து தொழில்களுக்கும் நேரடியான தொடர்பு உண்டு. இறைவனது அழித்தற்தொழிலால் ஆன்மா கேவலாவஸ்தையை அடைகிறது. படைத்தல், காத்தல், மறைத்தல், ஆகிய மூன்று தொழில்களால் சகலாவஸ்தையை அடைகின்றன. ஐந்தாவது தொழிலாகிய அருளல் நடக்கும் போது ஆன்மா சுத்தாவஸ்தையை அடைகின்றது.

ஆன்மாவின் இலட்சியம்:

ஆணவம், கன்மம், மாயை ஆகிய மூன்று மலங்களில் இருந்து, தன்னை விடுவிப்பதே ஆன்மாவின் இலட்சியம் என்பது சைவ சித்தாந்திகளின் முடிவு. அப்படி ஒரு விடுதலை இறைவனது துணையிருந்தாலொழிய ஆன்மா அடைய முடியாது என்பதும் சைவர்களின் கருத்து. அதோடு நின்று விடாமல் இறைவனது துணையைப் பெறுவதற்கும் வழிகளை செப்பனிட்டுக் காட்டியுள்ளனர் சைவ சித்தாந்திகள்.

நான்கு மார்க்கங்கள்:

இறைவனது துணையைப் பெறுவதற்கு சரியை, கிரியை, யோகம், ஞானம் என நான்கு வழிகள் பேசப்படுகின்றன. திருக்கோவிலை கூட்டி, பெருக்கி, மெழுகலும், திருவிளக்கிடலும், திருநந்தவனம் அமைத்தலும், பூக்கொய்து மாலை தொடுத்துக் கொடுத்தலும் சரியை என அறியப்படுகிறது.

இறைவனைப் அர்ச்சிப்பதும், போற்றுவதும், பாடுவதும் கிரியை மார்க்கம் எனப்படுகிறது.

யோகம் அஷ்டாங்க யோகத்தை குறிக்கிறது. உடலையும், மனதையும் கட்டுப்படுத்தி ப்ராணாயாமம் செய்து தியானம் செய்து இறைவனை அடையும் வழி.

ஞான மார்க்கத்தில் ஈசுவரனைப் பற்றிய ஞானம் முக்கியமாக கருதப்படுகிறது. இந்த மார்க்கம் சன் மார்க்கம் என்றும் அழைக்கப்படுவதும் உண்டு.

இங்கு கீதை கூறும், பக்தி யோகம், கர்ம யோகம், ராஜ யோகம், ஞான யோகம் ஆகிய நான்கும் சரியை, கிரியை, யோகம், ஞானம் என சைவர் கூறும் வழிகளோடு ஒப்பிடத்தக்கது.

ஆன்மா பக்குவப்படுதலும், இறைவன் வெளிப்படுதலும்

இந்த சரியை, கிரியை, யோகம், ஞானம் என்ற மார்க்கங்களை முறைப்படி கடைபிடித்தால், விருப்பு பெறுப்பற்ற, இருவினையொப்பு என்ற நிலை ஏற்படும். இது ஒட்டையும் பொன்னையும் சமமாக கருதக்கூடிய ஒரு மனோநிலை. இருவினையொப்பு ஏற்படுவது மலங்கள் விட்டு நீங்கப் போவதற்கான அறிகுறி.

மலங்கள் விட்டு நீங்கும் நிலையினை மலபரிபாகம் என்பர். அதே சமயம் அதற்கு அனுசரணையாக இறைவனது அருள் ஆன்மா மேல் விழுகிறது. இந்த அருள் வீழ்ச்சி சத்தினிபாதம் எனப்படுகிறது.

இருளில் வழி செல்வோர் வழி தெரிய வேண்டுமானால் விளக்கை முன்னால் வைத்துச் செல்ல வேண்டும். இதைப் போலவே இறைவனைக் காண விழையும் ஆன்மா இறைவன் திருவருளை முன்னுக்கு விட்டுத்தான் அதனை பின்பற்றுதல் வேண்டும். பாலிலே நெய் இருக்கிறது. எனினும் அதைக் காய்ச்சிக் கடையும் வரை அது வெளிப்படுவது இல்லை. இறைவன் நம் ஒவ்வொருவர் உள்ளும் உளன். ஆயினும் அவனை நாடுவோருக்கே அவன் வெளிப்படுவன். சூரியன் உதித்ததும் எல்லா தாமரைகளும் விரிவதில்லை. பக்குவமான தாமரை மொட்டுக்களையே சூரியன் மலர்விப்பான். அதைப் போலவே பக்குவப் பட்ட ஆன்மாக்கள் மட்டுமே, அவற்றின் பக்குவங்களுக்கு ஏற்ற கோலத்தோடு இறைவன் தோன்றி, இந்த உடலோடு இருந்த படியே முத்தியை நல்குவான் என்பது

சைவர் கொள்கை. உடலோடு இருந்தபடியே முத்தியை அடைபவர்கள் சீவன்முத்தர்கள் என அறியப்படுவர்.

சேரமான் பெருமாள் செய்த பூசையை நாள் தோறும் ஏற்று, தன் கால் சலங்கையை அசைத்து, நான் அதை ஏற்றுக்கொண்டேன் என்று அறிவிப்பானேயானால், மன்னன் சேரமனுக்கு இறையருள் பூரணமாக இருந்திருக்கிறது. இறையருள் பூரணமாக இருந்து, தான் சீவன்முத்தர் ஆவதற்கு பக்குவமடைந்து, அதன் விளிம்பில் நிற்கிறோம் என்றுணர்ந்த சேரமான் எவ்வாறு, அதை எல்லாம் உதறி தள்ளி விட்டு, மனிதன் மனிதனாகத் தான் இருக்க முடியும், கடவுளோடு கலந்து சீவன்முத்தராக ஆகமுடியாது; மனித வாழ்க்கையின் உய்வு உலகம் அழிந்து, இறுதி தீர்ப்பு நாள் வரும் போது தான்; அதுவரை காத்திருக்க வேண்டும் எனக்கூறும் மதத்தோடு எப்படி இணைந்திருப்பார்?

முத்தி (முக்தி)

பல மதங்களில் முத்தி அல்லது முக்தி என்ற ஒரு நிலை பேசப்படவே இல்லை. யூத மதங்கள் மனிதனும் தெய்வமாகலாம் என்பதை ஏற்றுக் கொள்வதில்லை. மனிதன் வேறு, இறைவன் வேறு என்ற கொள்கையுடயவை. மனிதன் தெய்வமாகலாம் என்ற கூற்று இறை நிந்தனையாக இஸ்லாமில் கருதப்படுகிறது. 'நான் கடவுள்' 'நான் கடவுள்' என பறை சாற்றிய நிறைய சூஃபி புனிதர்கள், இறை நிந்தனைக்காக கொல்லப்பட்டதை சரித்திரம் பதிவு செய்துள்ளது.

ஆனால் இந்து மதமோ, இறைவன் நம் ஒவ்வொருவருக்குள்ளும் இருக்கிறான்; நாம் எல்லோரும் சீவன்முத்தர்கள் எனக் கூறுகிறது. நாம் சகலாவஸ்தையின் கட்டுண்டு கிடப்பதால் அதை உணராமல் இருக்கிறோம். அதற்குரிய பக்குவம் ஏற்படாமல் இருக்கிறோம் என்பது சைவர்கள் கருத்து. சில மதங்கள் மனிதர்கள் பிறக்கும் போதே பாவிகளாக பிறக்கிறார்கள் என்ற கருத்துடையவை. இந்திய மதங்களுக்கு குறிப்பாக சைவத்துக்கு இந்த கருத்தில் உடன்பாடு இல்லை.

சைவசித்தாந்திகள் முத்தி ஆன்மாக்களது உயர்ந்த லட்சியமாக கருதுகின்றனர். துன்பம் துளியும் இல்லாத எதிர்மறை நிலையும், பேரின்பமே மயமான உடன்பாட்டு நிலை தான் முத்தி என்பது சைவர்கள் கொள்கை. முத்தியிலே ஆன்மா இறைவனோடு இரண்டறக் கலந்தபோதும் தன் தனி இயல்பை முற்றாய் இழந்து விடுவதில்லை என சைவர்கள் கொள்கின்றனர்

இக்கலப்புக்கு தமிழில் தாள், தலை என்ற இரு சொற்களின் புணர்ச்சியை உதாரணமாகக் காட்டுவர். தாள் இறைவனையும் தலை ஆன்மாவையும் குறிப்பனவாக எடுத்துக் கொள்ளலாம். இறைவனின் திருவடிகளில் ஆன்மாவின் தலை பொருந்துகிறது என்பதே கருத்து. தாளும் தலையும் தமிழ் இலக்கண விதிப்படி புணரும்போது 'தாடலை' என்று ஆகிறது. இதனை இரு சொற்கள் என்று கூறவும் முடியாது; ஒரு சொல்லெனக் கொள்ளவும் முடியாது. ஒரு விதத்தில் இது ஒரு சொல்; இன்னொரு விதத்தில் இருசொல். இறைவனோடு ஆன்மா ஐக்கியப்படும் விதமும் இதைப் போன்றதே என்பது சைவ சித்தாந்திகளின் முடிவு.

அத்வைதம்:

வேதாந்திகளைப் போல் சைவர்களும் முத்தியிலே ஆன்மா இறைவனோடு அத்வைதமாக கலந்து விடுகிறது என கருதுபவர்கள். அந்நிலையிலே எண்ணிக்கையில் இரண்டு பொருள்கள் இல்லை என்பதல்ல. தம் இயல்பிலே இரண்டு இரண்டல்ல என தக்க விதமாக அவை ஐக்கியப்பட்டு விடுகின்றன என்பதே கருத்தாகும்.

கடைசியொடுக்கத்தில் உள்ளது ஒன்றே ஒன்றுதான்; இரண்டல்ல என்னும் அத்வைதக் கொள்கையை சங்கரர், இராமானுஜர், சைவ சித்தாந்திகள் ஆகிய மூவருமே ஒப்புக்கொள்ளுகின்றனர் என்பது இங்கு கவனிக்கத்தக்கது. ஆனால் இவர்கள் ஒப்புக்கொள்வது சொல் அளவிலே தான்; அச்சொல்லுக்கு கொடுக்கும் விளக்கத்திலே இவர்கள் வேறுபடுகிறார்கள். சங்கரருடைய் அத்வைதத்தைக் கேவலாத்வைதம் என்றும், இராமானுஜருடைய அத்தைவத்தை விசிஷ்டாத்வைதம் என்றும் சைவர்களது அத்வைதத்தை அத்தாத்வைதம் என்றும் குறிப்பிடுவது வழக்கம். அத்வைதத்திலுள்ள 'அ'வின் கருத்து இல்லை என்பதன்று; அல்ல என்பது தான் என சைவர்கள் வாதிடுவர்.

முப்பொருள்:

சைவ சித்தாந்திகள் பதி, பசு, பாசம் என மூன்று பொருள்களைப் பற்றி பேசுவது வழக்கம். நமது சிந்தனைக்கும் ஆராய்ச்சிக்கும் உரிய விஷயம் அனைத்தையும் இந்த மூன்று பொருள்களுள் அடக்கலாம். இந்த கட்டுரையின் ஆரம்பத்தில் சுட்டி காட்டியது போல், இந்திய தத்துவ ஆராய்ச்சி ஈஸ்வர, ஜீவ, ஜகத் என்ற மூன்று பொருள்களாகிய இறைவன், ஆன்மா, உலகம் ஆகியவற்றையே சுற்றி வந்துள்ளது. சைவ

சித்தாந்திகளும் இதற்கு விதி விலக்கல்ல. இறைவனை பதி என்றும், ஆன்மாவின் கட்டுண்ட நிலையை பசு என்றும் ஜடப்பொருளாகிய உலகத்தை பாசம் என்றும் அழைப்பர்.

பாசம்:

இறைவனைப் பற்றியும், ஆன்மாவைப்பற்றியும் விரிவாக இக்கட்டுரையில் ஏற்கனவே விவரிக்கப்பட்டுள்ளது. எஞ்சியிருப்பது பாசம், சைவ சித்தாந்தத்தில் பாசம் என்னும் சொல் மூன்று பொருள்களைக் குறிக்கும். அவை ஆணவம், கன்மம், மாயை என்பனவாம். இங்கு சிறிது விளக்கம் தேவைப்படுகிறது.

மாயை:

முதலில் மாயையை விளக்கலாம். ஆன்மா உறையும் உடலும், அவ்வுடல் உறையும் உலகையும் நேரே பாசம் என்ற சொல்லால் குறிப்பிடுவதில்லை. உலகும், உடலும் உற்பத்தியாகும் போது எப்பொருளிலிருந்து உற்பத்தியாகின்றனவோ, பின் ஒடுங்கும் போது எப்பொருளின் ஒடுங்குகின்றனவோ, அப்பொருளைத்தான் பாசம் என்று அழைப்பது வழக்கம். உடல், உலகம் ஆகியவற்றின் உற்பத்திக்கும், ஒடுக்கத்திற்கும் மூலகாரணமாயுள்ள பொருள் மாயை எனப்படும். ஆன்மா உடலோடு சேர்ந்தபின் தான் அதற்கு அறிவு ஏற்படும். அதற்கு முன் அது அறிவற்றுக் கிடக்கும். ஆன்மாவை அறிவு பெறத் துணை செய்யும் மாயையை சைவ சித்தாந்திகள் பாசம் என்கின்றனர். ஏனெனில் மாயையிலிருந்து தோன்றும் உடலாலும், ஞானேந்திரியங்கள், அந்தகரணங்கள் ஆகியவற்றாலும் கிடைக்கும் அறிவு பூரண அறிவு அல்ல. அது நிலையில்லாத உலகை நிலையானது என எண்ணச்செய்து, அதில் ஆன்மாவைப் பற்று வைக்கச்செய்யும் மயக்க அறிவு. இதனால் தான் மாயையும் பாசம் எனப்படுகிறது. ஆன்மாவுடன் அநாதியாயுள்ள ஆணவம் என்னும் ஒர் அறியாமை, மற்றும் பிறவிதோறும் செய்யும் கன்மங்கள் ஆகியவை உடலின்னுள்ளும், உலகினுள்ளும் ஆன்மா புகுந்து அல்லல் பட்டு, துன்பப்படுவதற்கு காரணங்களால் உள்ளன. இவையும் ஆன்மாவுக்கு பாசங்களாகும்.

மாயை என்பது கண்ணுக்கு புலப்படாத ஒரு சூக்குமப் பொருள். அதிலிருந்தே இவ்வுலகம் முழுவதும் உற்பத்தியாகிறது என்பதே சைவர்களின் முடிவு. கண் முதலிய ஞானேந்திரியங்கள் மட்டுமின்றி

அவற்றைவிட நுட்பமான மனம் புத்தி, முதலிய அந்தகரணங்கள் கூட மாயையிலிருந்தே உற்பத்தியாகின்றன. மாயை தான் உலகத்திற்கு வித்து. அது நித்தியமானது, வடிவுமற்றது. எங்கும் வியாபியாயுள்ளது. மாயை இறைவனுக்கு ஒரு சக்தி போன்றது. உயிர்களுக்கு உடம்புகளையும், உலகையும் அனுபவத்திற்குரிய பொருள்கள் அனைத்தையும் ஆக்கிக்கொடுப்பது மாயையே. அதே சமயம் உயிர்களை மயக்குவதும் இம்மாயையே.

இருபெரும் நியதிகள்:

சைவ சித்தாந்திகள் தமது கொள்கைக்கு ஆதாரமாக இருபெரும் நியதிகளை வற்புறுத்துகின்றனர். ஒன்றிலிருந்து இன்னொன்றை ஆக்க முடியுமேயொழிய ஒன்றுமில்லாமல் சூனியத்திலிருந்து எதையும் ஆக்க முடியாது. மரத்திலிருந்து ஒரு மேசையைச் செய்ய முடியுமேயொழிய, ஒன்றுமில்லாமலே ஒரு மேசையை செய்ய முடியாது என்பது முதலாவது நியதி.

ஒரு பொருளிலிருந்து அதற்கு நேர்மாறான இயல்புடைய எதையும் உற்பத்தி செய்ய முடியாது என்பது இரண்டாவது நியதி. பாகல் விதையிலிருந்து பாகற்கொடியை உண்டுபண்ணலாமேயொழியச் சுரைக்காயை உண்டு பண்ண இயலாது.

செய்பொருள்களின் இயல்புகள் அவற்றின் மூலப்பொருள்களின் இருக்க வேண்டும். காரியத்தின் தன்மைகள் காரணத்திலும் இருக்க வேண்டும். இந்த நியதிக்கு சத்காரியவாதம் என்று பெயர். இந்த இரு பெரும் நியதிகளைக் கொண்டே, நிலம், நீர், காற்று முதலிய சடப்பொருள்களாலாகிய சடவுலகுக்கு மூலமும் ஒரு சடப்பொருளாகவே இருத்தல் வேண்டும், என்ற முடிவுக்கு சைவ சித்தாந்திகள் வந்தனர்.

மும்மலம்:

ஆன்மாக்கள் அடையும் துன்பங்களுக்கும், ஆன்மாக்களது குறைபாடுகளுக்கும் அவைகளை அநாதியாக பீடித்து நிற்கும் மலங்கள்தாம் காரணம் என்கிறது சைவ சித்தாந்தம். ஆணவம், கன்மம், மாயை என்று மூன்று மலங்களைப் பற்றி சைவ சித்தாந்தம் பேசுகிறது. இம்மூன்று மலங்களையும் சேர்த்துப் பாசம் என்ற ஒரு சொல்லால் குறிப்பிடுவது வழக்கம் இதை விளக்குவதற்கு சைவர்கள் கையாளும்

உதாரணம் நெல்லிலே முளையும், தவிடும், உமியும் இருப்பது போலவே ஆன்மாவோடு இம்மூன்று மலங்களும் சேர்ந்திருக்கின்றன என்பதாகும். முளையைப் போன்றது கன்மம், தவிட்டைப் போன்றது மாயை, உமியைப் போன்றது ஆணவம். எனவே அரிசி ஆன்மாவுக்கு உவமையாகிறது. நெல்லிலுள்ள முளைத்தற்சக்தி முளையைத் தோற்றுவிப்பது போலக் கன்ம மலம் உயிர்களிடத்து சுக துக்கங்களை முதல் காரணமாய் நின்று தோற்றுவிக்கும்.

தவிடு முளைத்துலுக்கு உதவி செய்து உடனிருப்பது போல, மாயா மலம், சுக துக்கங்கள் தோன்றுவதற்குத் துணை காரணமாய், தன் காரியமாகிய தனுகரணம் முதலியவற்றையும், உயிரையும் அசைவித்து நிற்கும். உமி அம்முளை தோன்றுவதற்கு நிமித்த காரணமாக இருப்பது போல ஆணவ மலம் அச்சுகதுக்க தோற்றத்துக்கு நிமித்த காரணமாய் நின்று உயிர் நுகருமாறு நிலைப்படுத்தும். இங்கு ஆன்மாவின் சுகதுக்கங்களுக்கு ஆணவம், கன்மம் மாயை ஆகிய மூன்று மலங்களும் நிமித்தம், முதல், துணை ஆகிய மூன்று காரணங்களாக அமைவது குறிப்பிடத்தக்கது.

கன்மம் (Karma) என்பதன் பொருள்:

கன்மம் என்பதும் கருமம் என்பதும் ஒன்றே. கன்மம் என்றால் வினை அல்லது செயல் என்பது பொருள். நாம் செய்யும் செயல்கள் யாவும் கன்மங்களே. ஆனால் தத்துவ ஞானவுலகிலே கன்மம் என்ற சொல் சற்று விரிந்த கருத்துடையது. ஒவ்வொரு செயலுக்கும் ஒரு நோக்கமுண்டு; பலனுண்டு. அப்பலனை அனுபவித்தலும் ஒரு செயலாகும். இவை அனைத்தையும் கன்மம் என்ற சொல் குறிக்கும். செயல் மட்டுமின்றி, எண்ணம், சொல் ஆகியவையும் கன்மத்துள் அடங்கும். எல்லாச் செயல்களுக்கும் பயன்கள் உண்டு. அப்பலன்கள் செய்வதனைச் சேரும். சில பலன்கள் உடனே சேரும். சில செயல்களின் பலன்கள் சில காலம் சென்று சேரும்.

கன்மமும் பிறப்புகளும்:

ஒரு பிறப்பில் ஒருவன் செய்யும் செயல்களின் பலன்கள் அனைத்தையும் சில சமயம் அந்தப் பிறவியிலேயே அனுபவிக்க முடியாமல் போகும். அதனால் அவன் அப்பலன்களுள் எஞ்சியவற்றை அனுபவிப்பதற்காகவே பின்னும் ஒரு பிறப்பை எடுக்க வேண்டி நேரிடும். அப்பிறப்பிலே அவன்

முந்தைய பிறப்பிலே செய்த வினையின் பலன்களை அனுபவிப்பான்; அங்ஙனம் அனுபவிக்கும் போது வேறு பல வினைகளைப் புரிவான். அவ்வினைகளின் பலனை புசிப்பதற்காக பின்னும் பிறக்க வேண்டி நேரிடும். இவ்வாறு கன்மம் காரணமாக பிறப்பும், பிறப்புக் காரணமாக கன்மமும் மாறி மாறி சங்கிலித்தொடர் போல வந்துகொண்டேயிருக்கும்.

கன்மத்தைப்பற்றிய கருத்து வேறுபாடுகள்:

இக்கருத்துக்களை எல்லோரும் ஒப்புக்கொள்வதில்லை. உலகிலுள்ள மக்களை மூன்று பிரிவுகளாகப் பிரிக்கலாம். இப்பிறப்பும் இப்பிறப்பிலுள்ள கன்மங்கள் மட்டுமே உண்மை; முற்பிறப்பு என எதுவும் கிடையாது. எனவே, முற்பிறப்பிற்செய்த கன்மம் என எதுவும் கிடையாது, எனக்கொள்போர் ஒரு பிரிவினர். இவர்கள் மறுப்பது பழவினையை; அதாவது முற்பிறப்பிற் செய்த வினையை.

இரண்டாவது பிரிவினைச் சேர்ந்தோர் பழவினையை ஒப்புக்கொள்ளுவார். ஆனால் வினை, அறிவற்ற பொருள். அது தானே செய்தவனைச் சென்று சேர வல்லதல்ல. ஒவ்வொரு வினைப்பயனும் அதனைச் செய்தவனைச் சென்று சேரச் செய்ய வல்ல ஓர் இறைவனும் இருந்தே தீர வேண்டும் எனக் கொள்வர்.

மூன்றாவது பிரிவினர், பழவினையை ஒப்புக்கொள்ளுவது மட்டுமின்றி அறிவுள்ள பொருளுக்குள்ள அளவு வல்லமையும் அப்பழவினைக்கு உண்டு என வாதிடுவோர்.

ஆகவே பழவினையே கிடையாது என்போர் ஒரு சாரர்; பழவினையும் அதோடு கூட அதனை இயக்க வல்ல இறைவனும் உளன் என்போர் மற்றொருசாரர். பழவினை மட்டுமே உண்டு என்று வாதிப்போர் வோறாரு சாரர். இவர்களுள் முதல் பிரிவினைச் சேர்ந்தோர் பெரும்பாலும் மேல் நாட்டினரேயாவர். இந்து மதத்தினர் அனைவரையும் இரண்டாவது பிரிவினராகக் கொள்ளலாம். அவர்களுள் முன்னணியில் நிற்போரே சைவர்கள். பௌத்த, சமண சமயத்தவர்களை மூன்றாவது பிரிவில் சேர்க்கலாம்.

பொருந்தாக் கொள்கைகள்

சிறிது சிந்தித்தால் முதலாவது கொள்கையும், மூன்றாவது கொள்கையும் - அதாவது, பழவினையே – கிடையாது என்பதும், பழவினை மட்டுமே

உண்டென்பதும் பொருந்தா என்பதை உணரலாம். பழவினை இல்லை எனில் இவ்வுலகில் நல்லவர்கள் துன்பமடையவும், தீயவர்கள் இன்பமடையவும் வேண்டிய அவசியமே இராது. ஓர் உயிர் எல்லா வித வசதிகளையுமுடைய பெற்றோருக்குப் பிள்ளையாகப் பிறந்து எல்லா விதப் போகங்களையும் அனுபவிப்பதற்கும் இன்னோருயிர் ஒருவித வசதியும் இல்லாத பெற்றோருக்குப் பிள்ளையாகப் பிறந்து பெருந்துன்பங்களுக்கு ஆளாவதற்கும் காரணமென்ன? எத்தனையோ பேர் பிறக்கும் போதே பல விதக் குறைபாடுகளோடு பிறந்து, வாழ்நாள் முழுதும் அல்லலுறக் காண்கின்றோமே. இதற்குக் காரணமென்ன? பழம்பிறப்பும் பழவினையும் உண்மை என்பதை ஒப்புக்கொள்ளாவிடின், இத்தகைய விபரீதங்களுக்குக் கூறத்தக்க காரணம் யாது? ஆண்டவன் கருணையே வடிவானவன் என மேனாட்டு மதங்களும் கருதுகின்றன. அந்த ஆண்டவன் இன்பம் துய்ப்பதற்கென ஓருயிரையும், துன்பத்தில் உழலுவதற்கென இன்னோர் உயிரையும் ஒரு காரணமுமின்றிப் படைத்தனன் எனக் கொள்ளுவது பொருந்துமா? இவ்வினாக்கள்தாம் சைவ சித்தாந்திகளும் ஏனைய இந்து மதத்தினரும் பழம்பிறப்பும் பழவினையும் உண்மை எனக் கொள்ளுவதற்கு முக்கிய காரணம்.

இனி, வினை அறிவற்ற பொருள்; எனவே, அது தானாகவே தன்னைச் செய்தானைச் சென்றடையும் எனப் பௌத்த சமண மதத்தினர் கொள்வது பொருந்தாது. அறிவுள்ள ஆன்மாவே தான் செய்த பழவினையைத் தேடிச் சேர்ந்துகொள்ளும் என்பதும் பொருந்தாது. ஆன்மாவே தேர்ந்தெடுக்குமாயின் தீவினைப் பயன்களை நீக்கி எல்லாவற்றையும் நல்வினைப் பயன்களாகவே தேர்ந்தெடுக்கும். எந்த ஆன்மாவும் தானாகவே தனக்குக் துன்பத்தைத் தேடிக்கொள்ள விரும்பாது. இக்காரணங்களால்தான் சைவ சித்தாந்திகள் இவற்றுக்கு வேறாய், தான் வினைகளுக்கு ஆளாகாததாய் ஒவ்வொரு பழவினைப் பயனையும் அது அதற்கு உரியவனோடு சேர்க்கவல்ல பேரறிவும் பேராற்றலுமுள்ள ஒரு பரம்பொருள் உண்டு என்ற முடிவுக்கு வந்தனர்.

மூவகை வினைகள்

சைவ சித்தாந்திகள் வினையை மூன்று கூறுகளாகப் பிரிப்பர். அவைகளுக்குச் சஞ்சிதம், பிராரப்தம், ஆகாமியம் என்பன பெயர்கள். பல பிறவிகளிலும் செய்து, பயன் இன்னும் அனுபவிக்கப்படாது

சேர்ந்திருக்கும் வினைத் தொகுதிக்குச் சஞ்சிதம் என்று பெயர். அத்தொகுதியிலிருந்து இப்பிறப்பில் நாம் அனுபவிப்பதற்கென எடுக்கப்படும் ஒரு குறிப்பிட்ட பகுதிக்குப் பிராரப்தம் என்பது பெயர். இப்பிராரப்தத்தை நாம் அனுபவிக்கும்போது புதிதாக ஈட்டும் வினை ஆகாமியம் எனப்படும். இவைகளை முறையே பழவினை, நிகழ்வினை, எதிர்வினை என்றும் கூறலாம்.

ஊழும் முயற்சியும்

இப்பிறப்பிலே நமக்கு நிகழ்வான யாவும் முற்பிறப்பிலேயே விதிக்கப்பட்டுவிட்டன என்றால் நாமாக முயன்று செய்வதற்கென எதுவுமில்லை. நாம் செய்வது, செய்யாமலிருப்பது எல்லாம் முன்வினைப்பயனானால், வாழ்வில் ஊக்கம், முயற்சி, முன்னேற்றம் ஆகியவற்றுக்கு இடம் எங்கே என்ற வினா எழலாம், "விதியை நம்பாதவன்தான் தமிழன். விதியை நம்பினால் முயற்சிக்கு இடமில்லை" என்று இன்று சிலர் பிரசங்கங்கள் செய்து திரிகின்றார்கள். இது விதி என்பது என்ன என்று சரியாக விளங்கிக்கொள்ளாமையால் ஏற்படும் அநர்த்தம். ஒவ்வொரு முயற்சிக்கும் ஏற்ற பலன் நிச்சயம் கிடைத்தே தீரும் என்பதே விதி என்ற சொல்லுக்குக் கருத்து. எனவே, விதியை நம்பினால்தான் முயற்சிக்கு இடமுண்டு; நம்பாவிட்டால் தான் இடமில்லை. பழவினையின் பயனை நுகரும்போது நமது முயற்சிக்கும் இடமுண்டு என்பதைக் காலஞ்சென்ற சிவபாதசுந்தரம் அவர்கள் ஒரு சிறு உதாரணம் மூலம் விளக்கியுள்ளார். பழவினையின் பயன், ஒருவன் கடன்பட்டிருந்தலை ஒத்தது. தொடக்கத்தில் அவனுடைய உழைப்பிலே பெரும்பகுதி அவனுடைய பழைய கடனைத் தீர்ப்பதிலேயே செலவாகிவிடும். தனது உழைப்பு முழுதும் கடனை அடைப்பதிலேயே செலவாகிவிடுகிறது என்று அவன் உழைக்காமல் இருக்கலாமா? அங்ஙனம் இருப்பின், அவனுடைய கடன் மேலும் மேலும் பெருகும். அங்ஙனமன்றி அவன் உழைக்கத் தொடங்கினால் எவ்வளவு அதிகம் உழைக்கிறானோ அவ்வளவுக்கு அவனுடைய கடனும் குறையும். பின், பணத்தைச் சேர்க்கவும் இடமுண்டு. அது போலவே, ஊழினால் துன்பப்படுகிறவன் முயற்சி செய்யாமலிருந்தால் இன்னும் அதிகத் துன்பத்துக்கு ஆளாவான்; முயற்சி செய்தால் அதற்கேற்ப அவனது துன்பம் குறையும்.

வினைப்பயன் நுகர்வுபற்றிய சில நியதிகள்

வினையைப்பற்றிய இக்கட்டுரையை முடிக்குமுன் வினையைப்பற்றி இன்னும் மூன்று கருத்துகளைக் குறிப்பிடுவது அவசியம். முதலாவது, தீவினையின் பயனான பாவத்தை நல்வினையின் பயனான புண்ணியம் நீக்க மாட்டாது. ஒவ்வொரு வினைக்கும் உரிய பயனை நாம் அனுபவித்தே தீரவேண்டும். ஒரு குழந்தையை இம்சித்துக் கொன்றுவிட்டு, அதன் பெற்றோருக்கு வேண்டிய உதவியைச் செய்தால் குழந்தையைக் கொன்ற பாவம் தீர்ந்துவிடாது. அதற்குரிய பலன் கிடைத்தே தீரும். பெற்றோருக்குச் செய்த உதவிக்குப் பலன் வேறாகக் கிடைக்கும்.

இரண்டாவது, அவரவர் செய்த நன்மை தீமைகளின் பலங்களை அவரவரே அனுபவித்தல் வேண்டும். அதிக புண்ணியம் செய்த ஓர் ஆன்மா தனது புண்ணியத்தில் ஒரு பகுதியை அதிக பாவம் செய்த ஆன்மாவுக்குக் கொடுத்து அவ்வான்மாவை அப்பாவ பலன்களை அடைவதிலிருந்து நீக்க இயலாது. இவை பொது விதிகள். இவ்விதிகளுக்கு விலக்குகளும் உண்டு. விலக்குகளுக்கு இறைவனுடைய அனுக்கிரகம் தேவை.

பற்றற்ற வினை

மூன்றாவது, தீவினையைச் செய்தவன் துன்பத்தை அனுபவிக்கப் பிறப்பது போலவே, நல்வினையைச் செய்தவன் இன்பத்தை அனுபவிக்கப் பிறக்கின்றான். எனவே, தீவினையை நீக்கி நல்வினையைமட்டும் செய்வது, பிறப்பையொழித்து வீடுபேற்றை அடைய வழியாகாது. நல்வினையையும் ஒரு விலங்காகவே பேசுவது வழக்கம். தீவினையை இரும்பினாலே செய்த விலங்காகக் கொண்டால். நல்வினையைப் பொன்னாலே செய்த விலங்காகக் கொள்ளலாம். பற்றற்ற வினைதான் பிறப்பை ஒழிக்க வழி. அதாவது, நல்வினையை நான் செய்தேன் என்ற தன்முனைப்போடு செய்யாது, அதன் பலனையும் எதிர்பாராது, எல்லாம் திருவருள் என்ற கருத்தோடு செய்வதே பற்றற்ற வினை. இதனையே சைவ சித்தாந்தம் நல்வினையைவிட மேலான வினையாகக் கொள்ளுகின்றது. கன்ம பலன்கள் நம்மை அணுகாமற் செய்வதற்கும் இதுவே வழி. தீவினைப் பயனில் வெறுப்பும் நல்வினைப் பயனில் விருப்பும் கொள்ளாத ஒரு நிலையை அடைய வேண்டும். இந்த நிலைதான் சைவசித்தாந்தத்தில் இருவினையொப்பு என்ற பெயரால் குறிப்பிடப்படுகின்றது. துன்பம் யாவற்றையும் துடைக்க இதுவே வழி.

சைவத்துக்குள்ளே இவ்வளவு விஷயங்கள் உள்ளனவா என நமக்கு தெரிந்திருக்க வாய்ப்பே இல்லை; ஏனெனில் நாம் இந்தியர்கள்! நமது பாடதிட்டத்திலிருந்து இந்திய தத்துவ ஞானம் அறவே விலக்கப்பட்டது! காரணம் அது சமயம் சார்ந்தது. இந்தியர்கள் எல்லோரும் சமயம் சாராதவர்கள். We are Secular.

நமது நாயகன் சேரமான் பெருமாள் பிறப்பறுக்கும் பிஞ்ஞுகன் தாள்களை தழுவுவாரே தவிர, இஸ்லாமுக்குள் நுழைந்திருக்கமாட்டார். இருள் நிலையிலிருந்து ஆன்மா மருள் நிலையைக் கடந்து அருள் நிலையை அடைவதையே விரும்பியிருப்பார். கேவலாவஸ்தையிலிருந்து, சகலாவஸ்தையைக் கடந்து சுத்தாவஸ்தையை அடைவதையே விரும்பியிருப்பார். பசு, பாசத்தை அறுத்து பதியை அடைவதையே விரும்பியிருப்பார். இவ்வளவு உயரிய சைவத்திலிருந்து, ஜீவன் முத்தராகும் வாய்ப்பை உதறிவிட்டு மனிதர்களை கட்டுப்படுத்தி, மதத்துக்காகத் தான் மனிதன் என போதனை செய்யும் மதத்துக்குள் நுழைந்திருக்கமாட்டார்.

5

சுந்தரமூர்த்தி நாயனார் மற்றும் சேரமான் பெருமாள் நாயனார்

திருமதி. கோகிலா, அருள் கிறிஸ்டோபர்

“உலகமே ஒரு நாடக மேடை” என்பது ஒரு தத்துவார்த்த வழக்குச் சொல். எனில், இந்த நாடகத்தை இயக்குபவனே இறைவன். இவ்வாறெனக் கொண்டால், “முடியும் வரை புரியாததாகவே நடத்தி கடைசிக் காட்சியில் கை தொழவைப்பது” என்பதில் முக்கண்ணனுக்கு அலாதிப் பிரியம்.

இறைவன், மனிதன் என்போர் இருவேறு உலகில் வாழ்பவர்களாக வேறுபடுத்தாமல் மனுவும், இறையும் மண்ணில் இணைந்து வாழ்ந்ததையும், சமூக, சாதிய, பொருளாதாரம் எனும் உலகியல் ஏற்றத்தாழ்வின்றி அதற்கெல்லாம் அப்பாற்பட்டோனாய் எல்லா நிலை மாந்தரோடும் இறைவன் தன்னை இணைத்துக் கொண்டதையும், தனக்கு அடியாராக அல்ல தன் அடியார்க்கு அடியாராய் இருப்பவர் அவரினும் பெரு நிலையை அடைவர் என்பதை உலகிற்கு உணர்த்தவும் சிவபெருமான் தெரிந்து கொண்ட பாத்திரமே சுந்தரர்.

சுந்தரரின் வரலாற்றையும், அதில் பின்னிப் பிணைந்த சேரமான் பெருமாளின் வரலாற்றையும், இவர்கள் இருவர் வாழ்விலும் ஈஸ்வரன் நடத்திய திருவிளையாடல்களையும் தொடர்ந்து பார்ப்போம்.

சுந்தரர் என்று நம்மால் அன்பாய் அழைக்கப் பெறும் சுந்தரமூர்த்தி நாயனார் 63 நாயன்மார்களில் ஒருவர். விண்ணில் தொடங்கி மண்ணில் வாழ்ந்து தன் நண்பருடன் விண்ணை அடைந்த ஒரு வியத்தகு சரித்திரத்திற்கு சொந்தமானவர் நம் சுந்தரர்.

கயிலாயத்தில் சிவனுக்கு தொண்டு செய்பவர் சுந்தரர். தன் தலைவனுக்கு மலர்பறிக்க நந்தவனம் சென்ற போது தலைவிக்கு பணிபுரியும் அனந்தினி, கமலினி என்ற இரு அழகிய பெண்களை மலர்வனத்தின் நடுவே இரு பொன் மலர்களாய் கண்டார். கண்களில் காதலும் உள்ளத்தில் ஆசையும் பொங்கினாலும், சிந்தைதனில் சிவனை நினைத்து, கரம்நீட்டி மலர் பறித்து தன் தலைவரிடம் சென்றர்.

குறிப்பறிந்து பணி செய்பவன் தான் சிறந்த பணியாளன். அதேபோல் பணியாளன் முகம்பார்த்து குறிப்பறிபவன் தானே நல்ல தலைவன். அதுவும் இவன் கங்கையையே தன் தலைமேல் கொண்ட தலைவன் அல்லவா? எனவே அவர் வருமுன்னே அனைத்தும் அறிந்தான்.

ஆசை. வாழ்க்கையின் அடிநாதமே இதுதான். ஆசை. அடையும் வரை தூங்க விடாது. அடைந்தபின் அதை தீண்டாது.

எனவே சிவனும் சுந்தரரை நோக்கி, சுந்தரா நீ பூலோகத்தில் பிறந்து இரு பெண்களையும் மணந்து அவ்வுலக வாழ்வு முடிந்தபின் இங்கு வந்தால் போதும் என்று கூற சுந்தரரும் ஏற்றுக்கொண்டார்.

சுந்தரர் திருவாரூரில் வாழ்ந்த சடையனாருக்கும் இசைஞானியாருக்கும் மகனாக பிறந்தார். அவர்கள் சுந்தரருக்கு வைத்த பெயர் நம்பியாரூரர். கயிலாயத்தில் இருந்த அந்த இரு பெண்களும் பறவையார், சங்கிலியார் என்ற பெயரில் பூலோகில் பிறந்தனர்.

சுந்தரர் முதலில் பறவையாரை திருவாரூரில் மணம் முடித்தார். சங்கிலியாரை திருவொற்றியூரில் ஒரு மகிழமரத்தடியில் “உன்னை விட்டு என்றும் பிரியமாட்டேன்” என்று சத்தியம் கூறி மணமுடித்துக் கொண்டார். வெறும் சத்தியமா அது. பக்தியால் இறைவனையே வெல்லலாம் என்று உணர்த்திய வித்தல்லவா அது.

சுந்தரர் சங்கிலியாரை மணமுடித்து மகிழ்வுடன் வாழ்ந்து வரும்போது திருவாரூரில் தியாக ராஜ பெருமானுக்கு திருவிழா நடந்தது. சுந்தரர் அதில் கலந்து கொள்ள விரும்பி திருவாரூர் பயணமானார். ஆனால் சிவன் அவரின் இரு கண்களின் பார்வையை பறித்துவிட்டார். அவர் எதற்கு என் பார்வையை பறித்தாய் என்று கேட்க, சங்கிலியாருக்கு கொடுத்த சத்தியத்தை மீறியதற்கான தண்டணை என சிவன் கூறுவது போல் அமைந்தது இந்த நிகழ்வு.

அடப்பாவி, உன்னைப் பார்க்க விரும்பிதானே திருவொற்றியூரிலிருந்து திருவாரூர் பயணப்படுகிறேன் என்று

மன்றாடியும், போராடியும் "தோடுடைய செவியன்" கேளாத செவியனாகவே இருந்து விட்டான்.

என்றும் தான் கொண்ட பக்தியில் சற்றும் குறைபடாத சுந்தரர் "எண்சாண் உடம்பில் என் கண் போனாலென்ன" எனக் கூறி கோலூன்றியபடியே சிவனை நினைத்து பாடல்களை பாடியவாறே திருவாரூர் நோக்கி நடக்கத் தொடங்கினார். இறைவனின் நெஞ்சமும் கொஞ்சமாய் கரைய ஆரம்பித்தது. எனவே அவருக்கு இடது கண் பார்வை மட்டும் தந்தார். இதுவும் ஒரு சூட்சுமம் தான். இடது பாகம் என்பது இதயம் உள்ள உமையாளின் பாகம். கருணையே உருவான பெண்மையே அன்னை என பெண்ணினத்தை பெருமைப்படுத்தவும், தன் ரூபம் காண அனுமதி மறுத்து தான் இன்றும் கோபமாக இருப்பதாக காண்பிக்க விரும்பிய அர்த்த நாரிஸ்வரனின் விளையாட்டோ அல்லது மேலும் பல பாடல் கேட்க விரும்பிய ஆவலோ ஏதோ ஒன்று இதில் அடக்கம்.

எனினும் சுந்தரர், உன் திருமுகம் காண ஆயிரம் கண் போதாதே, எனக்கு ஒரு கண் பார்வை மட்டும் தந்தால் போதுமா எனக் கேட்க மகிழ்ந்த இறைவன். அவருக்கு இரு கண் பார்வையும் தந்தார். சுந்தரரும் திருவாரூர் சென்று தியாகராஜ பெருமானை தரிசித்து விட்டு பறவையாரைப் பார்ப்பதற்கு அவரின் அரண்மனைக்குச் சென்றார்.

ஆனால் அதற்கு முன்பே சங்கிலியாரை மணமுடித்த விஷயம் அறிந்த பறவையார் அவரை சந்திக்க மறுத்துவிட்டார். தொடர்ந்து நிகழ்ந்ததுதான் வேடிக்கையான விந்தை. நாட்டை ஆளும் பேரரசன் தன் பேரனின் யானை சவாரிக்காய் தன் முதுகை வளைத்து குனியும்போது அவன் வயது, பதவி, பெருமை எல்லாவற்றையும் மறந்து குழந்தையின் மகிழ்வை மாத்திரமே விரும்பும் ஒரு உன்னத அன்பைப் போன்ற நிகழ்வு. ஆம், தன் அடியாருக்காய் ஆலகால நஞ்சை அஞ்சாது தேக்கியவன் அளவில்லா அன்பை நெஞ்சில் சுமந்து தன்னுடைய அடியாருக்காய் அவர் மனைவியிடம் இறைவன் தூது சென்றார். அகிலமும் அவன் அசைய அசையும். கட்டளையிட வேண்டியவன் கட்டுப்பட்டு நிற்க, கட்டளை ஏற்க வேண்டியவள் கடுங்கோபத்துடன் நிற்க முதல் தூது முறிந்து போனது. இரண்டாம் முறை மீண்டும் சமாதான தூது செல்கிறார் இறைவன். திரவம் போல் தோன்றினாலும் கடும் எடை கொண்ட பாதரசம் போன்றது அல்லவா பெண் மனம். இரண்டாம் தூதும் பயனின்றி போனது. "எந்நிலை வந்தாலும் உனைப் பிரிந்து வாழேன்"

என தன் துணையிடம் செலுத்தினால் காதல். இறையிடம் செலுத்தினால் பக்தி. ஆம், காதலுக்காக பக்தி மூன்றாம் முறையாய் தூது சென்றது. அது வென்றது. அதன் பின்னர் சுந்தரர் பறவையாருடன் திருவாரூரிலேயே வாழ்ந்து வந்தார்.

அன்றைய சேரர்கள் ஆண்ட இன்றைய கேரளத்தை நோக்கி சற்றே பயணப்படுவோம். கொடுங்கொல்லூரைத் தலைநகராகக் கொண்டு ஆட்சி செய்தவர் சேரமன்னன் சேரமான் பெருமாள் திருவஞ்சிக் களத்தில் இவர் இறைவனுக்கு பூசை செய்ய அதனை ஏற்றதின் அடையாளமாய் தன் சிலம்பினை ஒலிக்கச் செய்வார் சிவபெருமான். ஒருமுறை பூசை தொடர்ந்து நடத்தியும் இறைவனின் காற்சிலம்பு ஓசை கேட்காததினால் பூசையில் ஏதோ தவறு நேர்ந்ததாகக் கருதி தன்னை மாய்த்துக் கொள்ள முயல, இறைவன் அவரைத் தடுத்து “திருவாரூரில் சுந்தரரின் பாடலில் லயித்து போனதால் சிலம்பினை ஒலிக்க மறந்தேன்” எனக் கூறினார்.

எதிர்வரும் காலத்தில் சேரமான் பெருமாள் என்னும் சிவனடியாரை மதம் மாற்றி மடை மாற்றும் வரலாற்று புரட்டுகளுக்கு சாவு மணி அடிக்கவே தன் காற்சலங்கை மணியோசை நிறுத்தினானோ எம் பெருமான் என கருதத் தோன்றுகிறது.

நிற்க. இறைவனையே தன்னிலை மறக்கும் படி பதிகம் பாடும் அடியாரைகாணவிரும்பியமன்னன்சேரமான்,திருவஞ்சிக்களத்திலிருந்து புறப்பட்டு திருவாரூர் வந்து, சுந்தரரைக் கண்டு மகிழ்ந்தார். சுந்தரரும் சேரமானை உபசரித்து தன் அரண்மனையில் தங்க வைத்தார்.

சுந்தரரும், சேரமானும் நெருங்கிய நண்பர்கள் ஆனார்கள். அதனைக் கண்டு மற்ற அடியார்களும் மகிழ்ந்தார்கள்.

ஒருநாள் சுந்தரர் “ஆலவாய் அமர்ந்த பெருமானை” தரிசிக்க வேண்டுமென்று நினைத்தார். சேரமான் பெருமாளிடம் கூற இருவரும் பறவையாரிடம் அனுமதி பெற்று திருவாரூரிலிருந்து புறப்பட்டு திருகீழ்வேலூர் சென்று எம்பெருமானை தரிசித்து விட்டு திருநாகப்பட்டினம் சென்றனர். சிறிது நாட்கள் அங்கேயே இருவரும் தங்கினார்கள்.

பின் நாகப்பட்டினத்திலிருந்து “திருமறைக் காடு” சென்று அங்கு “வேத வன நாதர்” தரிசித்துவிட்டு “அகஸ்தியன்பள்ளி” முதலான திருத்தலங்களை தரிசித்தபடி திருப்பத்தூர் வழியாக மதுரையை அடைந்தனர்.

அப்போது பாண்டிய மன்னன் மகளை சோழ மன்னன் மணம் முடித்திருந்தான். ஆகவே பாண்டிய மன்னனும், சோழ மன்னனும் மதுரையில் இருந்தனர். சுந்தரரும் சேரமானும் மதுரை வருகின்ற செய்தி அறிந்ததும் சோழ, பாண்டிய மன்னர்கள் அவர்களை எதிர் கொண்டு வரவேற்று உபசரித்தனர்.

என்ன ஒரு இனிமையான காலம். முக்காலமும் போர் புரியும் மூவேந்தரும் முகமுகமாய் சந்திப்பு. சோழனும் பாண்டியனும் சம்பந்தி; சேரன் விருந்தாளி. சம்பந்திகளின் பெயர்கள் இல்லை. சாட்சிகள் இல்லையென்றால் சரித்திரத்தில் இந்நிகழ்வே இல்லை. மூவேந்தர் சங்கமத்தை சங்கத் தமிழ் மண்ணிலே நடத்தி அதற்கு சாட்சியாய் சுந்தரரையும், சேரமான் பெருமாளையும் வைத்தது சர்வேஸ்வரனின் சித்தமின்றி வேறேது?

பின் ஆரூராரும் சேரமானும் மதுரையில் சில காலம் தங்கினார். மதுரையில் இருந்தபடியே "திருப்புவனம்" சென்று "பூவனநாதர்" தரிசித்து விட்டு அங்கு "திருவுடையார் திருமால்" என்ற பதிகத்தை பாடி மதுரையை சென்றடைந்தனர். பின் அங்கிருந்த படியே "திருவாப்பனூர்" திருஏடாம் சென்று எம்பெருமானை தரிசித்தனர்.

ஒரு நாள் "திருப்பரங்குன்றத்தில்" இருக்கும் "பரங்கிநாதரை" வழிபட்டு "கோத்திட்டையும் கோவலும்" என்ற பதிகத்தை பாடினார். அதன் பிறகு இருவரும் தெற்கே பிரயாணப்பட விரும்பி சோழ, பாண்டியர் மன்னர்களிடம் விடைபெற்று புறப்பட்டனர். புறப்பட்டு, "திருக்குற்றாலம், திருநெல்வேலி" தலங்களை தரிசித்து கொண்டு இராமேஸ்வரத்தை சென்றடைந்தனர். அங்கிருந்தபடியே இலங்கையின் திருக்கேதிஷ்வரத்தில் உள்ள கேத்தீஷ்வரரை வழிபட்டு "மூவரென இருவரென முக்கண்ணுடைய மூர்த்தி" என்ற பதிகத்தை பாடி மகிழ்ந்தனர்.

இராமேஸ்வரத்தை விட்டு புறப்பட்ட சுந்தரரும், சேரமானும் "திருச்சுழியலை" அடைந்தனர் அங்கு "திருமேனிநாதர்" தரிசித்தனர். திருமேனிநாதரை தரிசித்ததும் மாலை வந்துவிட்டது. பின் இருவரும் அங்கு இருக்கும் திருமடத்தில் தங்கினார்கள். அப்பொழுது சுந்தரருக்கு ஒரு கனவு வந்தது அதாவது காளை வடிவிலே திருக்கரத்தில் பொற்செண்டும் திருமுடியில் சுழியும் கொண்டு தோன்றி ஒரு உருவம் நானும் இங்குதான் இருக்கிறேன் என்னையும் வந்து காண்பாயாக எனக்

கூறி மறைந்தார் இறைவன். பொழுது விடிந்ததும் கனவில் நடந்ததை சுந்தரர் சேரமானிடம் கூறினார்.

தலைவனை தரிசித்தவர்களை தன் இல்லமும் காண வரவேண்டும் என வணங்கி அழைப்பது ஒப்பற்ற தமிழ்ப்பண்பாட்டின் அடையாளமல்லவா? சிவனேறும் வாகனமென கருதாமல் அவரும் சிவபணிபுரியும் அடியாரென மதித்து இருவரும் "திருக்காணப்பேர்" சென்று அங்கு "காளையட்பர்" வணங்கி "தொண்டரடி தொழிலும்" என்ற பதிகத்தைப் பாடி திருவாரூரை சென்றடைந்தனர். பின்பு கொஞ்ச நாள் சேரமான் பெருமாள் திருவாரூரில் தங்கி இருந்தார். திருவாரூரில் தினந்தோறும் எம்பெருமானைத் தரிசித்து வரும் காலத்தில் சேரமான் ஊர் திரும்ப எண்ணம் கொண்டார். உடனே சுந்தரரை பணிந்து ஊரை விட்டு வந்து வெகு நாட்களாகி விட்டது. ஆகையால் தாம் புறப்படுவதாக கூறினார். அதற்கு சுந்தரர் சென்று வா என்று சொன்னார்.

நகமும் சதையுமான நட்பில் பிரிவின் பெருந்துயரம் ஆற்றாது, மேலும் சிலகாலம் சுந்தரருடன் தங்கியிருக்க விரும்பி சேரமான் பெருமாள் அவரை அழைத்தாரோ அல்லது மன்னனாய் தான் பெற்ற மாபெரும் இவ்வின்பம் எம்மக்களும் பெற வேண்டுமென்று விழைந்தாரோ, சுந்தரரின் திருமுகம் தம்மக்களும் காண சேரநாட்டிற்கு தன்னுடன் வருமாறு அழைத்தார். சுந்தரரும் அதனை ஏற்றுக்கொண்டார்.

பின் திருவாரூரை விட்டு புறப்பட்ட அவர்கள் காவிரிக்கரையை அடைந்து தென் கரையோரமாகப் பிரயாணப்பட்டு "திருக்கண்டியூரை" அடைந்தனர். காவிரியின் வடக்கரையில் திருவையாறு இருந்தது. அத்தலத்தை பார்த்த சேரமானுக்கு அவ்வூர் சென்று ஐயாறப்பரைத் தரிசிக்க வேண்டுமென ஆசைப்பட்டார். தம் விருப்பத்தை சுந்தரரிடம் தெரிவித்தார். அதற்கு சுந்தரர் உம் விருப்பப்படி தரிசனம் செய்வோம் என்று சொன்னார்.

பின் இருவரும் திருக்கண்டியூரை விட்டு திருவையாற்றில் காவிரியை அடைந்தனர். நதியில் பெரும் வெள்ளப்பெருக்கு இருந்தது. ஓடக்காரர்களே ஓடம் விட அஞ்சினார்கள். கரையிலே நின்ற சுந்தரர் தாங்கள் நதியைக் கடந்து வந்து தரிசனம் செய்ய முடியாதிருக்கிறதே என வருந்தி "பரவும் பரிசொன்றறியேனான்" என்ற பதிகத்தை பாடினார். அவர் பாடியவுடன் நதியின் நடுவே ஒரு சிறுபிளவு ஏற்பட்டு நடுவில் ஒரு மணல் பாதையாக காட்சி அளித்தது. அதை பார்த்த சேரமான்,

சுந்தரர் பெரும் மகிழ்ச்சி அடைந்தனர். அவர்கள் கரையை கடந்தவுடன் மணற்பாதை எப்பவும் போல் நதியாக ஓட ஆரம்பித்தது.

பின்பு சேரமானும் சுந்தரரும் "பஞ்சநாதேஷ்வரர்" ஆலயம் சென்று இறைவனை வழிபட்டனர். பின் அவ்வூரை விட்டு கொடுங்கோளூரை அடைந்தனர். சுந்தரரும் சேரமானும் வருவதை தெரிந்து கொண்ட அவ்வூர் மக்கள் புத்தாடை உடுத்தி, தோரணம் கட்டி, வேத கோஷங்கள் எழுப்பி அவர்களை வரவேற்றனர். பின் சுந்தரர் "திருஅஞ்சைகளம்" சென்று எம்பெருமானை தரிசித்து சேரமானுடன் அரண்மனைக்கு சென்றார். பின் சேரமான் தான் அமரும் சிம்மாசனத்தில் சுந்தரரை அமர வைத்து சேரமானுடன், அவர் மனைவியும் சுந்தரரின் பாதங்களை கழுவி மலர்களை தூவி வணங்கினர்.

சுந்தரரும் கொடுங்கோளூரில் கொஞ்ச நாள் தன் நண்பருடன் தங்கி இருந்தார் பின் சுந்தரர் ஆரூருக்கு புறப்படத் தீர்மானித்தார். ஆனால் சேரமானால் சுந்தரரை பிரிந்திருக்க முடியவில்லை ஆகையால் தாமும் உடன் வருவதாக கூறினார்.

நண்பனேயானாலும், உயரிய நட்பானாலும் நாடாளும் மன்னன் குடிகாக்கும் கடமையையே முதலாவது கொள்ள வேண்டும் என்பதை உணர்ந்திருந்த சுந்தரர், நீ இங்கிருந்து ஆட்சியை கவனித்துக் கொள். நீ என்னுடன் வருவது சரியல்ல என்று சொன்னார்.

தன் நண்பரை வெறுங்கையுடன் அனுப்ப மனம் இல்லாத சேர மன்னன் தன் பொக்கிஷத்திலிருந்து பொன்னும் மணியும் வாரி மூட்டை கட்டி யானைகள் மீதேற்றி சுந்தரருக்கு கொடுத்தார். சேரமான், "சுவாமி இவற்றை மறுக்காது ஏற்றுக்கொள்ள வேண்டும். அடியார் திருப்பணிக்கு அடியேன் காணிக்கை" என்றார். சுந்தரரும் அக்காணிக்கைகளை ஏற்று சேரமானிடம் விடை பெற்று சென்றார்.

சுந்தரர் காடுகளையும், மலைகளையும் தாண்டி சோழ நாட்டை நோக்கி வந்து கொண்டிருந்தார். திருமுருகன் பூண்டியை அடைய வேண்டுமென திட்டமிட்டு காட்டு வழியாக நடந்து வந்து கொண்டிருந்தார். அப்பொழுது சிவன் சுந்தரர் தம்மிடமிருந்து பொருட்களை பெற்றதாகத்தான் இருக்க வேண்டும். சேரமானிடம் இருந்து பெற்றதாக இருக்க கூடாது என்று எண்ணினார். பின் சிவன் சிவகணங்களை அனுப்பி காட்டிலே வந்து கொண்டிருக்கும் சுந்தரரிடம் இருந்து பொருட்களை சுவர்ந்து வருமாறு கூறினார். சிவ கணங்கள் வேடர்களாக மாறி சுந்தரரை வழி மறித்து

அடியார்களை மிரட்டி பொன்னையும், பொருளையும் எடுத்து கொண்டு மறைந்தனர்.

பின் அடியார்கள் சுந்தரரிடம் இதை தெரிவித்தபோது இறைவன் உள்ளம் அவ்வளவு தான் என்று ஆறுதல் கூறினார். பின் சுந்தரர் திருமுருகன் பூண்டியை அடைந்ததும் எம்பெருமானை வணங்கி "கொடிகு வெஞ்சிலை வடுகவேடுவர்" என்ற பதிகம் பாடினார். சுந்தரர் இறைவனிடம் "வேடர்கள் பொருட்களை எடுத்து செல்லும் போது நீ எங்கு இருந்தாய்" என மனம் உருக வேண்டினார். அப்பொழுதே இறைவன் சந்நிதானத்தில் சிவபூதங்கள் கவர்ந்து வந்த அனைத்து பொருட்களும் தோன்றியது. "சுந்தரா, நானே வழங்கியதாக இருக்க வேண்டுமென எண்ணி நானே பொருட்களை கவர்ந்து வர செய்தேன். இதோ அனைத்து பொருட்களும் இருக்கின்றன நீ பெற்று கொள்" என்று ஈசன் திருவாய் மலர்ந்து அருளினார். பின் சுந்தரர் அவற்றை பெற்று கொண்டு ஆரூருக்கு சென்றார்.

இது என்ன வேடிக்கை. அடியார்க்கடியராய் ஒருவர் தந்ததை தானே தந்ததாய் இருக்க வேண்டும் என இறைவன் பறிப்பாராம். பதிகம் பாட அவரே திருப்பிக்கொடுப்பாராம். ஏன் இந்த விளையாட்டு? இதற்கு சுவாமி சித்பாவனந்தா, இராமகிருஷ்ண பரமஹம்சர் கூறிய கதையை மேற்கோள் காட்டி விளக்குவதை சுருக்கமாக பார்ப்போம்.

இறைவன் படைத்தல், காத்தல், அழித்தல், மறைத்தல், அருளல் என ஐவகை செயல்கள்புரிகிறான். இதில் மறைத்தல், அருளல் என்பது, ஆல விதைக்குள் ஒரு மரம் இருப்பது மறைத்தல். அது வளர்ந்து பயன் தருவது அருளல். சுவாமி பரமஹம்சர் கூறும் கதையானது "தாயும் குழந்தையும் குலாவி விளையாடுகின்றனர். விளையாட்டுக்கிடையில் தாய் மறைந்து கொள்ள குழந்தை தேடி அழுகிறது. அதன் அழுகையில் இன்பம் காண்கிறாள், பின் திடீரென தோன்றி அதனை மகிழ்விக்கிறாள்."

"யானேபொய், என் நெஞ்சம் பொய் என் அன்பும் பொய்
ஆனால் வினையேன் அழுதால் உன்னைப் பெறலாமே"

என்ற எண்ணம் பக்குவமடைந்த ஒரு ஆத்மாவில் நிகழ்வது.

அதுபோல் கயிலாயம் விட்டு பூலோகம் வந்துள்ள சுந்தரர் மீண்டும் அப்பேற்றினை அடைய நாட்டமுடையவராதல் வேண்டும் என்றும் நண்பன் தந்த செல்வம் மறைத்து மீண்டும் அருளப்படும் போது

கிடைக்கும் இரட்டிப்பு மகிழ்ச்சியும் சுந்தரருக்கு கிட்டவுமே இறைவன் விளையாடினான். மறைத்தல், அருளல் என்னும் இரண்டு செயல்களுக்கும் உட்பட்டவர்களாக ஜீவர்களை இறைவன் வைத்திருப்பதால் தான் பிரபஞ்ச வாழ்வு எனும் உலக நாடகம் நடை பெறுகிறது. அது ஆண்டவனுக்கும் அவன் அடியார்களுக்கும் ஆனந்தமளிக்கின்றது. அடுத்த வினாடியில் மறைந்திருக்கும் ரகசியம் தானே வாழ்க்கை.

சுந்தரர் சில நாட்கள் ஆரூரில் தங்கி இருந்தார். கொஞ்ச நாட்கள் போனதும் சுந்தரருக்கு தம் நண்பர் சேரமான் நினைவு வந்துவிட்டது. பின் சேரமானை பார்க்க தம் அடியார்களுடன் கொடுங்கோளூர்க்கு புறப்பட்டார் சுந்தரர். திருப்புக்கொளியூர் வழியாக வரும்போது ஒரு வீட்டிலே அழுகுரலும் மற்றொரு வீட்டிலே மங்கள நாதமும் கேட்டது. அது குறித்து சுந்தரர் தம்மை வரவேற்க வந்திருந்த அடியார்களிடம் கேட்டார்.

அதற்கு அந்த அடியார்கள் சென்ற வருடம் இரு பிள்ளைகள் மடுவில் குளிப்பதற்கு போனார்கள் அப்பொழுது ஒரு முதலை வந்து ஒருவனை முழுங்கி விட்டது. ஒருவன் பிழைத்து கொண்டான். பிழைத்த அவனுக்கு இன்று உபநயனம் அதனால் ஒரு வீட்டில் சந்தோஷமும் முதலை விழுங்கிய பையன் இல்லையே என்று மற்றொரு வீட்டில் அழுகுரலும் கேட்கிறது என்று அடியார்கள் சுந்தரரிடம் தெரிவித்தார்கள்.

அடியார்களிடம் பேசி கொண்டிருக்கும்போது அவ்வூரில் உள்ள மக்கள் அனைவரும் இறைவன் திருவருள் பெற்ற அடியார் வந்திருப்பதை கேள்விபட்டு நமஸ்கரித்தனர். அவர்களுடன் பிள்ளையை பறிகொடுத்த பெற்றோரும் வந்திருந்தனர். “புதல்வனை இழந்து பரிதவிப்பவர்கள் நீங்கள் தானா” என்று சுந்தரர் கேட்க, அதற்கு அவர்கள் “சுவாமி! அது நடந்து போன சமாசாரம்” என்று கூறினார். தங்களை தரிசிக்கவே நாங்கள் இங்கு வந்தோம் என்றனர். அதற்கு சுந்தரர் உங்கள் மகன் இறந்த மடு எங்கு இருக்கிறது என்று கேட்டார். ஊருக்கு வெளியே இருக்கிறது என்று கூறி அவர்களும் சுந்தரருடன் அம்மடு இருக்கும் இடத்திற்கு சென்றனர்.

சுந்தரர் இறந்து போன குழந்தையை உயிர்ப்பித்து தருமாறு சிவனிடம் வேண்டி பிரார்த்தித்தார். இறைவன் சுந்தரர் வேண்டுகோளை ஏற்று காலனுக்கு உத்தரவிட காலன் முதலையை வர வழைத்துச் சிறுவனைக் கரையிலே உமிழச் செய்தான். முதலை விழுங்கியது போதிருந்த வயதினனாய் அல்லாமல் அன்றையத்தினம் உபநயனம் செய்வதற்குரிய

வயதுடைய வளர்ச்சியுள்ள மகனாய் அவன் வெளிப்பட்டதை கண்ட பெற்றோர்கள் மகிழ்ச்சியுடன் ஒடி சென்று மகனை வாரி அணைத்தனர். பின் அப்பெற்றோர்கள் சுந்தரரை நமஸ்கரித்து வணங்கினர். பின்னர் சுந்தரர் அவர்களோடு சென்று எம்பெருமானை வணங்கி பின் அந்த குழந்தைக்கு உபநயனம் செய்து வைத்தார். சில நாட்கள் அப்பகுதியில் தங்கியிருந்து பின் அவர்களிடம் விடை பெற்று கொடுங்கோளூர்க்கு புறப்பட்டார்.

சுந்தரர் வருகிறார் என்பதை அறிந்த சேரமான் மகிழ்ச்சியிடைந்து அவரை பாதி வழியிலே எதிர்கொண்டு சுந்தரரை அழைத்துச் சென்று தம் மாளிகையில் உபசரித்தார். சுந்தரரும் தம் நண்பர் சேரமானை கண்டு பெரும் மகிழ்ச்சி அடைந்தார். கொடுங்கோளூரில் தங்கியிருந்த சுந்தரர் ஒரு நாள் திருவஞ்சைக்களம் ஆலயத்துக்கு சென்றார். அப்போது சுந்தரர் 'ஐயனே இப்பூவுலகில் நான் வாழ்ந்தது போதும்; இச்சம்சார சாகரத்திலிருந்து என்னை கரையேற்றி ஆட்கொள்ள வேண்டும்' என்று வேண்டி "தலைக்குத் தலை" என்னும் பதிகம் பாடினார்.

கைலாயத்திலே இருந்த இறைவன் சுந்தரர் பிரார்த்தனையை ஏற்று சுந்தரர் கைலாயம் திரும்ப காலம் வந்து விட்டது என்பதைக் கண்டு அவர் ப்ரம்மன், முதலான தேவர்களை அனுப்பி சுந்தரர் நம்மிடம் வந்து சேர பிரியப்படுகிறான் வெள்ளை யானையை கொண்டு சென்று அவனை அழைத்து வருமாறு கூறினார்.

ஈசன் வாக்கை ஏற்று தேவர்கள் வெள்ளையானையுடன் திருவஞ்சைகளம் அடைந்தனர். ஆலய வாயிலில் யானையை நிறுத்திவிட்டு உள்ளே சென்று சுந்தரரை வாழ்த்தினர். சுவாமி தங்களை அழைத்து வருமாறு எம்பெருமான் அனுப்பியுள்ளார் என்று தெரிவித்தனர். பின் சுந்தரர் இறைவனை வணங்கி அவர்களுடன் புறப்பட்டார். வெள்ளை யானையை வலம் வந்து ஏறி அமர்ந்தார். இந்த சந்தர்ப்பத்தில் தம் நண்பர் அருகில் இல்லையே என்று நினைத்தபடி கைலாயம் நோக்கி புறப்பட்டார். சுந்தரருடன் வந்த அடியார்கள் கைகூப்பித் தொழுது ஹர ஹர சிவ சிவ என கோஷமிட்டனர்.

தன் நெஞ்சில் நீங்காத அன்பு கொண்ட நண்பனை நாடி அவர் இடம் வந்த சுந்தரர் இறைவனிடம் சேரும் மாபெரும் பேற்றினை தான் மட்டும் அடைய விரும்பியதேன்? தன் அடியாரையும் ஏன் தன்னுடன் உய்வித்துக் கொள்ள நினைக்கவில்லை? விடை மிகவும் எளியது தான்.

சேரமான் பெருமாள் என்பவன் தனி மனிதனல்ல. ஒரு கிரகஸ்தன். மேலும் தன் குடிமக்களை காக்க வேண்டிய மாபெரும் பொறுப்பில் உள்ளவன். தானும் நண்பனும் மட்டும் மகிழ்ந்திருக்க மற்றவர்கள் மன வேதனையடைய நட்பை காரணமாக்க கூடாது என கருதியிருக்கலாம்.

சுந்தரரின் பிறப்பு சாதாரண நிகழ்வு. ஆனால் இறைவன் அவரை அழைப்பதில் மட்டும் ஏன் இந்த பிரம்மாண்டம், ஆரவாரம்... ஆம், சிவனருளால் இவ்வளவு காலம் இவ்வுலகிற்கு மறைத்தலாய் இருந்த சுந்தரர் என்கிற ஆல மரவித்தின் பிரம்மாண்டத்தை இப்புவி மக்கள் காண அருளல் செய்த ஆண்டவனின் அளப்பரிய அன்பு தான் இது.

நீராடிக் கொண்டிருந்த சேரமான் பெருமாள் இறைவன் திருவருளால் சுந்தரர் கைலாயம் செல்லப் போவதை அறிந்தார். உடனே குதிரையேறி திருவஞ்சைக்களம் ஆலயத்துக்கு சென்றார். அங்கு சுந்தரர் இல்லை என்பதை உணர்ந்தார். சுந்தரர் அவருக்கு நண்பர் மட்டுமா? இல்லையே. அவர் தலைவனும் அவர் தானே. தான் வந்த குதிரை தேவலோக குதிரை அல்ல என்றபோதும் தன் நண்பனிடம் கொண்ட நட்பை மனதில் ஏந்தி, இறை திருப்பெயரை ஒங்கி ஒலிக்கும் “பஞ்சாட்ஷரம்” மந்திரத்தை தன் குதிரையின் காதில் ஒத, அசுவதம் அசுரவேகத்தில் பறந்து சென்றது. ஐராவதத்தையும் அது வென்றது, தலைவனை வரவேற்க காத்திருக்கும் தொண்டனைப்போல் சுந்தரருக்கு முன்னே கயிலாய வாயில் சென்று காத்திருந்தார் சேரமான் பெருமாள்.

“பின் தானென்ன முன் படைத்தனைன்” என்னும் திருப்பதிகம் பாடியபடி கயிலாய வாயிலை அடைந்தார் சுந்தரர். பின் சிவனைக் கண்டதும் பெரும் மகிழ்ச்சி அடைந்தார். அனுமதி அளிக்கப்பட்டது சுந்தரருக்கு மட்டும் தானே. எனவே சேரமான் உள்ளே அனுமதிக்கப்படவில்லை.

சுந்தரர் சிவ பெருமானிடம் எனது நண்பர் சுந்தரர் வந்திருக்கிறார் அவரையும் ஏற்றுக் கொள்ள வேண்டும் என்று கோரிக்கை வைக்க சிவனும் அவரை வரச் சொல் என்கிறார். அவரும் உள்ளே செல்ல சிவன், நான் உன்னை வரச் சொல்லவில்லையே, நீ எதற்காக இங்கு வந்தாய் என்று கேட்டார். இவரின் விளையாடலுக்கு முடிவே இல்லை போலும். அவர் நாமம் தானே காற்றினும் கடிதாய் புரவியை பறக்க செய்தது. பாதை மாறாமல் கயிலையில் சேர்த்தது. அது என்ன தேசிய நெடுஞ்சாலையா?

எல்லைக் கல் கண்டு வர. எல்லையில்லா பிரபஞ்சம். ஈஸ்வரனின் அருள் இன்றி எங்ஙனம் சேரமான் அங்கு வந்திருக்க முடியும்.

ஆனால் அவரையே அசர வைத்தது சேரமானின் பதில்.

“நான் ஆரூராரை வணங்கிக் கொண்டே வந்தேன், நான் கொண்ட அன்பும் பக்தியும் என்னைத் தங்கள் திருவடிகளில் சேர்த்து விட்டது” ஆம். இதுதானே சிவபெருமான் எதிர்ப்பார்த்தது. பூவுலகின் மாந்தர்க்கு இதனினும் பெரிதாய் ‘பக்தி’ என்பதைக் குறித்து என்ன விவரித்திட இயலும். “நீ அடியார்க்கு அடியாரானால் இறைவனின் திருவடி அடைவாய்” என்னும் உன்னத ரகசியத்தை உலகிற்கு உணர்த்திடத் தானே இந்த உன்னத நாடகம். சேரமானும் சிவனிடம், தங்கள் மீது “ஞான உலா” ஒன்று பாடியுள்ளேன், அதனை உங்கள் திருமுன் பாட அனுமதி வேண்டும் என்று கூற இறைவன் மகிழ்ந்து அனுமதி அளித்தார் சிவனும் அதனை மகிழ்வுடன் கேட்டு அவரை ஏற்றுக் கொண்டார்.

தொடர்ந்து, சுந்தரரை கயிலாயத்தில் மீண்டும் சிவனுக்கு தொண்டு செய்யும் பணிக்கும் சேரமான் பெருமாளை சிவகணங்களுக்கு தலைவராகவும் நியமித்தார். பறவையாரும், சங்கிலியாரும் மீண்டும் உமைக்கு பணிபுரியும் பெண்களானார்கள்.

சுந்தரர் வரலாறு ஒரு சாதாரண மனிதனின் கற்பனைக்கும் அப்பாற்ப்பட்ட ஒன்று. மனதின் இச்சையானது எந்நிலை மாந்தரையும் கீழான நிலைக்கு கொண்டு வரும். அந்நிலையிலும் இறைவன் என்பவன் வெறும் கண்காணிப்பாளனாக அல்லாமல் எந்த சூழலிலும் நம்மோடு பயணப்படவும், தாசானுபவத்தை நமக்குத் தந்து வழி நடத்துவதோடல்லாமல் தாசனுக்கு தாசனாய் இருப்பவனை அவனிலும் பெரு நிலையை அடையச் செய்பவனுமாய் இருப்பவனே இறைவன் என்ற உண்மையை வாழ்வியலோடு இணைந்து வெளிப்படுத்தும் ஒப்பற்ற சரித்திரம் தான் சுந்தரரின் வாழ்வு.

நமச்சிவாய போற்றி!!!
நாதன் தாள் போற்றி!!!

6

பெரியபுராணத்தில் சேரமான் பெருமாள்

துளஸிதாஸ்

பன்னிரெண்டாம் நூற்றாண்டில் வாழ்ந்த சேக்கிழார் என்ற அருண்மொழித்தேவர் பாடிய பெரியபுராணம் அன்றைய தமிழ்நாட்டின் வரலாற்று நூலாகத் திகழ்கிறது. தொண்டை நாட்டிலுள்ள குன்றத்தூரில் வேளாளர் மரபில் தோன்றியவர் அருண்மொழித்தேவர். அவர் கல்வி, கேள்வி, ஒழுக்கம் ஆகியவற்றில் சிறந்து விளங்கியதை அறிந்த அநபாய சோழ மன்னன், அவரை அழைத்து அமைச்சராக நியமித்து 'உத்தம சோழ பல்லவர்' என்ற பட்டத்தையும் தந்து சிறப்பித்தான். சமண காவியங்களில் மயங்கிக் கிடந்த மன்னனுக்கு சைவச் செல்வர்களின் மகிமையை எடுத்துரைத்து, இம்மையிலும் மறுமையிலும் நற்பேறு பெற சைவமே சிறந்தது என கூறி அவன் மனதை மாற்றினார். மன்னன் வேண்டுகோளுக்கிணங்க, சேக்கிழார் சைவ சமயக்குரவர்கள் வாழ்ந்த ஊர்களுக்கு சென்று தகவல் சேகரித்து குறிப்பெடுத்து, தில்லை அம்பலவாணன் 'உலகெலாம்' என அடியெடுத்துக் கொடுக்க பாடிய நூல் திருத்தொண்டர் புராணம். புராணம் என பெயர் பெற்றிருந்தாலும், இது 63 நாயன்மார்களின் வரலாற்றுப் பதிவாகும். நாளடைவில் இந்நூல் பெரியபுராணம் என அழைக்கப் பெற்றது. பெரியபுராணம் திருமலைச்சருக்கத்தில் சுந்தரர் வரலாற்றோடு ஆரம்பித்து வெள்ளானைச்சருக்கத்தில் சுந்தரர் வரலாற்றோடு முடிகிறது.

சுந்தரமூர்த்தி சுவாமிகளின் வரலாறு கழரிற்று அறிவார் என அறியப்படும் சேரமான் பெருமானின் வரலாறோடு

பின்னிப்பிணைந்ததாகும். சுந்தரரும், சேரமான் பெருமாளும் சமகாலத்தவர், உயிரிய நண்பர்கள், சைவ நெறி தவறாதவர்கள், கயிலை நாதன் சிவ பெருமானுக்கு நெருக்கமானவர்கள். ஒருவர் வரலாற்றை அறிந்தால் மற்றவர் வரலாற்றை அறிந்தது போலாகும், என பெரியபுராணம் படிப்பவர்களுக்கு நன்கே விளங்கும். சேரமான் பெருமாள் வாழ்ந்தது சுந்தரர் காலத்தில் தான் என அறுதியிட்டுக் கூறும் நூல் பெரிய புராணம்.

பெரியபுராணம் வெறும் சமய நூல் அல்ல; சேக்கிழாரின் கற்பனையிலிருந்து எழுந்த கற்பனை நூலும் அல்ல. அநபாய சோழன் சேக்கிழாருக்கு வேண்டிய பொருளும், இதர உதவிகளும் அளித்து நாயன்மார்கள் வாழ்ந்த ஊர்களுக்குச் நேரில் சென்று தகவல் சேகரித்து வருமாறு பணித்தான். சேக்கிழாரும் இந்த பணியை சிர மேற்கொண்டு சமயக்குரவர்கள் வாழ்ந்த ஊர்களுக்குச்சென்று, அந்த ஊர்களின் சிறப்பு, அந்த ஊர் மன்னர் சிறப்பு, ஆலயச்சிறப்பு, நாயன்மார் வரலாற்றுச் சிறப்பு ஆகியவற்றை நேரில் சென்று சேகரித்து, குறிப்பெடுத்து கொண்டு வந்து எழுதிய நூல். சேக்கிழார் மேற்கொண்ட கடினமான செயல், பெரிய புராணத்தை அன்றைய தமிழ்நாட்டின் ஒரு வரலாற்று நூலாக உருவாக்கியிருக்கிறது. அதனை படிப்பவர்களுக்கு சேக்கிழார் குறிப்பிடும் ஊர்களுக்கு வாசகர்களை அழைத்துச்சென்று காண்பித்து கதையை விளக்குவது போல் அமைந்திருப்பது இதனால் தான். அதன் நம்பகத்தன்மையையும், சான்றுறுதியையும் சந்தேகிக்க இடமில்லை.

பெரியபுராணம் - நூல் அமைப்பு

பெரிய புராணம் என வழங்கப்படும் திருத்தொண்டர் புராணத்தில் சேக்கிழார் பாடிய பாடல்கள் 4286. இவற்றை இரண்டு காண்டங்களாக பிரித்து, முதற்காண்டத்தில் 5 சருக்கங்கள் அமைத்து, இரண்டாவது காண்டத்தில் 8 சருக்கங்களையும் அமைத்துள்ளார்.

நூல் அமைப்பு முறை

இருகாண்டங்கள்
(பதின்மூன்று சருக்கங்கள்)

முதற்காண்டம்

5. சருக்கங்கள்

1. திருமலைச் சருக்கம்
1. பாயிரம்
2. திருமலைச்சிறப்பு
3. திருநாட்டுச் சிறப்பு
4. திருநகரச் சிறப்பு
5. திருக்கூட்டச் சிறப்பு
6. தடுத்தாட் கொண்ட புராணம்

2. தில்லை வாழ் அந்தணர் சருக்கம்
1. தில்லைவாழ் அந்தணர் புராணம்
2. திருநீலகண்ட நாயனார் புராணம்
3. இயற்பகை நாயனார் புராணம்
4. இளையான் குடிமாற நாயனார் புராணம்
5. மெய்ப்பொருள் நாயனார் புராணம்
6. விறன் மிண்ட நாயனார் புராணம்
7. அமர்நீதி நாயனார் புராணம்

3. இலை மலிந்த சருக்கம்
1. எறிபத்த நாயனார் புராணம்
2. ஏனாதிநாத நாயனார் புராணம்
3. கண்ணப்ப நாயனார் புராணம்
4. குங்குலியக் கலைய நாயனார் புராணம்
5. மானக்கஞ்சாற நாயனார் புராணம்
6. அரிவாட்டய நாயனார் புராணம்
7. ஆனாய நாயனார் புராணம்

4. மும்மையால் உலகாண்ட சருக்கம்
1. மூர்த்தி நாயனார் புராணம்
2. முருக நாயனார் புராணம்
3. உருத்திர பசுபதி நாயனார் புராணம்
4. திரு நாளைப்போவார் நாயனார் புராணம்
5. திருக்குறிப்புத்தொண்டர் நாயனார் புராணம்
6. சண்டேசுர நாயனார் புராணம்

இரண்டாம் காண்டம்

8. சருக்கங்கள்

1. வம்பறா வரிவண்டுச் சருக்கம்
1. திருஞானசம்பந்த நாயனார் புராணம்
2. ஏயர் கோன்கலிக்காம நாயனார் புராணம்
3. திருமூல நாயனார் புராணம்
4. தண்டியடிகள் நாயனார் புராணம்
5. மூர்க்க நாயனார் புராணம்
6. சோமாசி மாற நாயனார் புராணம்

2. வார் கொண்ட வனமுலையாள் சருக்கம்
1. சாக்கிய நாயனார் புராணம்
2. சிறப்புலி நாயனார் புராணம்
3. சிறுத்தொண்ட நாயனார் புராணம்
4. கழறிற்றறிவார் நாயனார் புராணம் (சேரமான் பெருமாள்)
5. கணநாத நாயனார் புராணம்
6. கூற்றுவ நாயனார் புராணம்

3. பொய்யடிமை இல்லாத புலவர் சருக்கம்
1. பொய்யடிமை இல்லாத புலவர் புராணம்
2. புகழ்ச்சோழ நாயனார் புராணம்
3. நரசிங்க முனையரைய நாயனார் புராணம்
4. அதிபத்த நாயனார் புராணம்
5. கலிக்கம்ப நாயனார் புராணம்
6. கலிய நாயனார் புராணம்
7. சத்தி நாயனார் புராணம்
8. ஐயடிகள் காடவர்கோன் நாயனார் புராணம்

4. கறைக் கண்டன் சருக்கம்
1. கணம் புல்ல நாயனார் புராணம்
2. காரி நாயனார் புராணம்
3. நின்றசீர் நெடுமாற நாயனார் புராணம்
4. வாயிலார் நாயனார் புராணம்
5. முனையடுவார் நாயனார் புராணம்

நூல் அமைப்பு முறை

இருகாண்டங்கள்
(பதின்மூன்று சருக்கங்கள்)

முதற்காண்டம்

5. சருக்கங்கள்

5. திருநின்ற சருக்கம்
1. திருநாவுக்கரசு நாயனார் புராணம்
2. குலச்சிறை நாயனார் புராணம்
3. பெருமிழலைக் குறும்ப நாயனார் புராணம்
4. காரைக்காலம்மையார் நாயனார் புராணம்
5. அப்பூதி அடிகள் நாயனார் புராணம்
6. திருநீலநக்க நாயனார் புராணம்
7. நமி நந்தியடிகள் நாயனார் புராணம்

இரண்டாம் காண்டம்

8. சருக்கங்கள்

5. கடல் சூழ்ந்த சருக்கம்
1. கழற்சிங்க நாயனார் புராணம்
2. இடங்கழி நாயனார் புராணம்
3. செருத்துணை நாயனார் புராணம்
4. புகழ்த்துணை நாயனார் புராணம்
5. கோட்புலி நாயனார் புராணம்

6. பத்தராய்ப் பணிவார் சருக்கம்
1. பத்தராய்ப் பணிவார் புராணம்
2. பரமனையே பாடுவார் புராணம்
3. சித்தத்தைச் சிவன்பாலே வைத்தார் புராணம்
4. திருவாரூர்ப் பிறந்தார் புராணம்
5. முப்போதும் திருமேனி தீண்டுவார் புராணம்
6. முழுநீறு பூசிய முனிவர் புராணம்
7. அப்பாலும் அடிச்சார்ந்தார் புராணம்

7. மன்னிய சீர்ச் சருக்கம்
1. பூசலார் நாயனார் புராணம்
2. மங்கையர்க்கரசியார் புராணம்
3. நேச நாயனார் புராணம்
4. கோச்செங்கட் சோழ நாயனார் புராணம்
5. திருநீலகண்டயாழ்ப்பாண நாயனார் புராணம்
6. சடைய நாயனார் புராணம்
7. இசைஞானியார் புராணம்

8. வெள்ளானைச் சருக்கம்

தேவாரம், திருவாசகம், திருமுறைகள், மற்றும் இராமாயணம் மஹாபாரதம் ஆகிய நூல்கள் பிற சாதியினரை அடிபணிய வைக்க அந்தணர்களால் எழுதப்பட்டது என பொய்யுரைக்கும் அறிவிலிகளுக்காக இந்த பகுதி சேர்க்கப்பட்டது. இதில் நாயன்மார்கள் 63 பேர் மற்றும் திருக்கூட்டத்தார் ஒன்பதின்மர் ஆகியோரையும் சேர்த்த 72 பேர்களின் குலம் பட்டியலிட்டுக் காட்டப்படுகிறது. 63-ல் வெறும் 12 பேர்கள் மட்டுமே அந்தணர்; மற்ற எல்லோரும் வேறு ஜாதியினர். வேறு ஜாதியினருக்கு கல்வி மறுக்கப்பட்டது என எந்த ஆதாரமும் இல்லாமல் கொக்கரிப்பவர்கள் இந்த பட்டியலை பல முறை படிக்க வேண்டுகிறோம். கல்வியறிவு இல்லாதோர், இலக்கண அறிவு இல்லாதோர், இவ்வளவு உயரிய வாழ்க்கை வாழ்ந்து இறைவனைப் போற்றி இவ்வளவு பாடல்கள் பாடியிருக்க முடியுமா என்பது கேள்வி.

நாயன்மார்கள் குலம் பற்றிய ஓர் ஆய்வு

1. குலம்

1. அந்தணர் – 12

1. அப்பூதியடிகள் நாயனார்
2. உருத்திர பசுபதி நாயனார்
3. கணநாத நாயனார்
4. குங்குலியக் கலைய நாயனார்
5. சண்டேசுர நாயனார்
6. சிறப்புலி நாயனார்
7. சோமாசிமாற நாயனார்
8. திருஞானசம்பந்த மூர்த்தி நாயனார்
9. திருநீலநக்கர் நாயனார்
10. நமி நந்தியடிகள் நாயனார்
11. பூசலார் நாயனார்
12. முருக நாயனார்

2. அரசர் – 6

1. இடங்கழி நாயனார்
2. கோச்செங்கட் சோழ நாயனார்
3. சேரமான் பெருமாள் நாயனார்
4. நெடுமாற நாயனார்
5. புகழ்ச் சோழ நாயனார்
6. மங்கையர்க்கரசியார்

3. ஆதி சைவர் – 4

1. இசைஞானியார்
2. சடையனார் நாயனார்
3. சுந்தரமூர்த்தி நாயனார்
4. புகழ்த்துணை நாயனார்

4. இசையர் – 2

1. ஆனாய நாயனார்
2. திருமூல நாயனார்

5. ஏகாலியர் – 1

1. திருக்குறிப்புத் தொண்ட நாயனார்

6. குயவர் – 1

1. திருநீலகண்ட நாயனார்

7. குறுநிலமன்னர் – 5

1. ஐயடிகள் காடவர்கோன் நாயனார்
2. கழற்சிங்க நாயனார்
4. நரசிங்க முனையரைய நாயனார்
5. மெய்ப் பொருள் நாயனார்

8. சலியார் – 1

1. நேச நாயனார்

9. சான்றார் – 1

1. ஏனாதிநாத நாயனார்

10. செக்கார் – 1

1. கலிய நாயனார்

11. பரதவர் – 1

1. அதிபத்த நாயனார்

12. பாணர் – 1

1. திருநீலகண்ட யாழ்ப்பாணர்

13. புலையர் – 1

1. திருநாளைப் போவார் நாயனார் (நந்தனார்)

14. மாமாத்தி அந்தணர் – 1

1. சிறுத்தொண்ட நாயனார்

15. வணிகர் – 5

1. அமர்நீதி நாயனார்
2. இயற்பகை நாயனார்
3. கலிக்கம்ப நாயனார்
4. காரைக்கால் அம்மையார்
5. மூர்த்தி நாயனார்

16. வேடர் – 1

1. கண்ணப்ப நாயனார்

17. வேளாளர் – 13

1. அரிவாட்டய நாயனார்
2. இளையான்குடி மாற நாயனார்
3. ஏயக்கோன் கலிக்காம நாயனார்
4. கோட்புலி நாயனார்
5. சத்தி நாயனார்
6. சாக்கிய நாயனார்
7. செருத்துணை நாயனார்
8. திருநாவுக்கரசு நாயனார்
9. மானக்கஞ்சாற நாயனார்
10. முனையடுவார் நாயனார்
11. மூர்க்க நாயனார்
12. வாயிலார் நாயனார்
13. விறன்மிண்ட நாயனார்

18. மரபறியாதவர் – 6

1. எறிபத்த நாயனார்
2. கணம் புல்ல நாயனார்
3. காரி நாயனார்
4. குலச்சிறை நாயனார்
5. தண்டியடிகள் நாயனார்
6. பெருமிழலைக் குறும்ப நாயனார்

திருக்கூட்டத்தார் ஒன்பதின்மர்

அப்பாலும் அடிச்சார்ந்தார்	1
சித்தத்தைச் சிவன்பால் வைத்தார்	1
திருவாரூர்ப் பிறந்தார்	1
தில்லைவாழ் அந்தணர்	1
பத்தராய்ப் பணிவார்	1
பரமனையே பாடுவார்	1
பொய்யடிமையில்லாத புலவர்	1
முப்போதும் திருமேனி தீண்டுவார்	1
முழுநீறு பூசிய முனிவர்	1
	9

63 + 9 = 72

பெண் அடியார்கள் - 3

1. இசைஞானியார்
2. காரைக்கால் அம்மையார்
3. மங்கையர்க்கரசியார்

2. காலம்

நாயன்மார்கள் வாழ்ந்த காலத்தை நிர்ணயிக்கும் போது திருஞானசம்பந்தர் மற்றும் திருநாவுக்கரசர் வாழ்ந்த காலத்திற்கு முந்தைய காலத்தில் வாழ்ந்தவர்கள், அல்லது பிந்தையை காலத்தில் வாழ்ந்தவர்கள் என பிரிப்பது வழக்கம்.

திருஞானசம்பந்தரும் திருநாவுக்கரசரும் சமகாலத்தினரே!

1. இவர்கள் காலத்திற்கு முற்பட்டவர் – 9

1. அமர்நீதியார்
2. கண்ணப்பர்
3. கணம்புல்லர்
4. காரைக்கால் அம்மையார்
5. கோச்செங்கட் சோழர்
6. சண்டேசுவரர்
7. சாக்கியர்
8. திருமூலர்
9. நமிநந்தியடிகள்

2. இவர்கள் காலத்தே இருந்தவர் – 10

1. அப்பூதியடிகள்
2. கணநாதர்
3. குங்குலியக் கலயர்
4. குலச்சிறையார்
5. சிறுத்தொண்டர்
6. திருநீலகண்ட யாழ்ப்பாணர்
7. திருநீலநக்கர்
8. நின்றசீர் நெடுமாறன்
9. மங்கையர்க்கரசியார்
10. முருகர்

3. இவர்கள் காலத்திற்கு பிற்பட்டவர் அல்லது சுந்தரர் காலத்தவர் – 12

1. இசை ஞானியார்
2. ஏயர்கோன் கலிக்காமர்
3. கழற்சிங்கர்
4. கோட்புலியார்
5. சடையனார்
6. செருத்துணையார்
7. சேரமான் பெருமாள்
8. சோமாசிமாறர்
9. நரசிங்க முனையரையர்
10. பெருமிழலைக் குறும்பர்
11. மானக்கஞ்சாறர்
12. விறன் மிண்டார்

4. சுந்தரர் காலத்திலோ அவர்க்கு முன்போ இன்ன காலமென கூற முடியாதவர்கள் – 29

1. அதிபத்தர்
2. அரிவாட்டயர்

16. சிறப்புலியார்
17. தண்டியடிகள்

3. ஆனாயர்
4. இடங்கழியார்
5. இயற்பகையார்
6. இளையான் குடிமாறர்
7. உருத்திர பசுபதியார்
9. ஏனாதிநாதர்
10. ஐயடிகள் காடவர் கோன்
11. கலிக்கம்பர்
12. கலியர்
13. காரியார்
14. கூற்றுவர்
15. சத்தியார்
18. திருக்குறிப்புத் தொண்டர்
19. திருநாளைப் போவார்
20. திருநீலகண்டர்
21. நேசர்
22. புகழ்ச்சோழர்
24. பூசலார்
25. முருகர்
26. முனையடுவார்
27. மூர்க்கர்
28. மூர்த்தியார்
29. மெய்ப்பொருளார்

சேரமான் பெருமாள் நாயனார் சுந்தரமூர்த்தி சுவாமிகள் காலத்தே வாழ்ந்தவர் என்பதை நன்கே விளக்கும் நூல் பெரிய புராணம். பெரிய புராணத்தில் சுந்தரமூர்த்தி சுவாமிகளின் வரலாறு ஐந்து வெவ்வேறு புராணங்களின் எடுத்தியம்பப்படுகிறது.

1. தடுத்தாட் கொண்ட புராணம்
2. ஏயர்கோன் கலிக்காம நாயனார் புராணம்
3. சேரமான் பெருமாள் எனப்படும் கழறிற்றறிவார் புராணம்
4. விரல் மிண்ட நாயனார் புராணம்
5. வெள்ளானைச் சருக்கம்

நமது நாயகன் சேரமான் வரலாறு வார் கொண்ட வனமுலையாள் சருக்கத்தில் அமைந்துள்ள கழறிற்றறிவார் நாயனார் புராணத்தில் துவங்கி (பாடல்கள் 3792-3972) வெள்ளானை சருக்கத்தில் முடிகிறது (பாடல்கள் 4234-4286). அன்னாரது வரலாறு எப்படி புரட்டினாலும், சலித்தாலும் சுந்தரர் வரலாற்றிலிருந்து பிரிக்க முடியாது. நண்பர்கள்

இருவரும் கைலாயம் சென்று இறைவனோடு கலந்து வாழ்ந்ததாக பெரியபுராணம் முடிகிறது.

பொ.கா.12-ம் நூற்றாண்டில் எழுதப்பட்ட திருத்தொண்டர் புராணம் என்ற பெரிய புராணம், மன்னன் சேரமான் பெருமாளின் வரலாற்றை தெள்ள தெளிவாக பதிவு செய்த நூல். அவருடைய திடீர் மறைவுக்குக் காரணம் அவர் உடலோடு கைலாயம் சென்று இறைவனோடு கலந்தது என வெட்டவெளிச்சமிட்டுக் காட்டுவது பெரியபுராணம்.

7

அற்புதம்! அற்புதம்! அற்புதம்!

துளஸிதாஸ்

அற்புதம் (Miracle) என்பது இயற்கைக்கு மாறான நிகழ்வு. சாதாரணமாக இயற்கையில் அது நடக்காது; ஆனால் அசாதாரணமாக அது நடக்கலாம். உதாரணமாக கரைபுரண்டோடும் ஒரு நதி திடீரென்று, ஓட்டத்தை நிறுத்தி, இரண்டாகப் பிரிந்து, நடந்து சென்று அக்கரையை அடைவதற்கு ஒரு பாதையை வகுத்துத் தருவது ஒரு அசாதாரணமான நிகழ்வு. சாதாரணமாக இயற்கையில் அது நிகழாது. இப்படி அருஞ்செயல்களை எளிதில் செய்யும் உபாயம் சித்தி என அழைக்கப்படுகிறது.

இயற்கை என்பது பஞ்ச பூதங்களின் ஒரு கலவை என்பது நமது ரிஷிகளின் கண்டுபிடிப்பு. நாம் வாழும் உலகம், அதில் வாழும் உயிர்கள், சூரியசந்திரநட்சத்திர மண்டலங்கள், பிரபஞ்சம் ஆகியவை வெறும் பஞ்ச பூதங்களின் கலவை. நீர், நிலம், காற்று, நெருப்பு, ஆகாயம், என்ற ஐந்து பூதங்கள் சரியான விகிதத்தில் கலக்கும் போது பிரபஞ்சமும் அதிலுள்ள உயிர்களும், பொருள்களும் உருவாகின்றன. பல ஆயிரம் வருடங்களுக்கு முன்பு இந்த உண்மையை நமது ரிஷிகள் கண்டுபிடித்தனர்; நவீன விஞ்ஞானம் இன்று அதை ஆமோதிக்கிறது.

பஞ்ச பூதங்களை கட்டுப்படுத்தி அவற்றை நமக்கு சாதகமாக உபயோகப்படுத்த முடியுமா, என நிறைய ஆராய்ச்சிகளை நமது முன்னோர்கள் செய்து கண்டு பிடித்த முறைகளில் ஒன்று 'யோகா' (Yoga). இந்தியா உலகுக்கு அளித்த பல நன்கொடைகளில் இதுவும் ஒன்று. யோகா என்பது வெறும் மூச்சை இழுத்து விடுவதோ அல்லது உடலை அஷ்டகோணத்தில் வளைத்து நிற்பது மட்டும் அல்ல. அதன் உன்னதமான இறுதி முடிவு மனதின் எண்ணங்களை ஒடுக்கி, சமாதிக்குள்

நுழைந்து பிரபஞ்ச உணர்வோடு கலப்பதாகும். இந்நிலையில் பூதங்களால் ஆன நமது உடலையும் பிரபஞ்சத்தையும் கட்டுப்படுத்த முடியும். மூலாதாரத்தில் உறங்கிக் கிடக்கும் குண்டலினியை எழுப்பி, மேல் நோக்கி சகஸ்ராரத்தை அடைய வைக்கும் போது மனிதன் தன் பரிபூரண நிலையை அடைந்து பிரபஞ்சத்தின் தூய உணர்வு நிலையோடு கலக்கிறான். யோகா மனிதனை பிரபஞ்சத்தின் தூய உணர்வு நிலையோடு இணைக்கும் கருவி. இந்தியர்கள் யோகாவில் சிறந்து விளங்கியது மட்டுமல்ல, அதை மனித குலம் கற்றுத்தேர்ந்து பயன் பெற வேண்டும் என முறைபடுத்தி, நெறிப்படுத்தி வைத்துள்ளனர்.

யோகாவில் பூத சுத்தி என்றும், பூத சித்தி என்றும் இரண்டு முறைகள் உள்ளன. பூத சுத்தி என்பது நம் உடல் என்ற பஞ்ச பூதங்களின் கலவையை சுத்தப்படுத்துவது ஆகும். ஒரு கைதேர்ந்த, யோகியால் பூத சுத்தி செய்ய முடியும். யோகா என்ற படிக்கட்டில் மேல்படியை வெற்றிகரமாக அடைந்த யோகியால் பஞ்ச பூதங்களை உங்களுக்காக வேலை செய்ய வைக்கமுடியும். இதை பூத சித்தி என்றும், அஷ்டமா சித்தி என்றும் கூறுவர்.

நதியின் ஓட்டத்தை நிறுத்தி, அதனை பிளக்க வைத்து, அதனை கடந்து செல்வது ஒரு வகை பூத சித்தி, பஞ்ச பூதங்களில் ஒன்றான நீரின் மேல் ஆதிக்கம் செலுத்தி அதை கட்டுப்படுத்துவது ஆகும். நீரின் மேல் நடப்பதும், நீரை பானகமாக மாற்றுவதும், மழை பெய்ய வைப்பதும் பூத சித்தியால் முடியும். எல்லா அற்புதங்களும் பஞ்ச பூதங்களின் செய்கையை கலைத்து மறுபடியும் ஒழுங்குபடுத்துதல் என்பது, அற்புதங்களுக்குள் ஆழமாக சென்று பரிசீலிக்கும் போது புரிந்து கொள்ளலாம். சித்திகளை 8 கூறுகளாகப்பிரித்து ஒவ்வொன்றும் என்னென்ன செய்ய உதவுகின்றன என பட்டியலிட்டது எந்த நாடு? இந்தியர்கள் எதைச் செய்தாலும் அதன் ஆழத்துக்குச் சென்று ஆராய்ந்து அதனை ஒரு கலையாகவோ, விஞ்ஞானமாகவோ உருவகப்படுத்தி பின் வரும் சந்ததியினர் தெரிந்து கொள்ளும்படி வைத்துள்ளனர்.

அஷ்டமா சித்திகள்:

உலகத்திலுள்ள அனைத்து அருஞ்செயல்களையும் எளிதில் செய்ய உதவும் அடிப்படையான சித்திகள் எட்டாகும். இவை அட்டமாசித்திகள் அல்லது அஷ்டமாசித்திகள் எனப்படும். தனது ஆத்ம சாதனையின் மூலம்

சித்தத்தில் தெளிந்து தனது சீவனே சிவன் என்பதை உணர்ந்த சித்தநிலை பெற்றவர்களுக்குச் சிவபெருமான் இந்த எட்டுச் சித்திகளையும் அருளிச் செய்கின்றான்.

சித்திகளை யோகத்தாலும், சிவனருளாலும் மட்டுமே பெற முடியும். சிவனிடம் இந்த எண்பெருஞ்சித்திகளும் சேர்ந்துள்ளன என்பதை ஞானசம்பந்தப்பெருமான், "அட்டமா சித்திகள் அணைதரு காளத்தி வட்டவார் சடையன்" என்று திருக்காளத்தி தேவாரத்துள் குறிக்கின்றார். இந்த எட்டுச் சித்திகளும் அவனுடைய திருக்கோயிலின் வாயிலில் காவல் தேவதைகளாக வீற்றிருக்கின்றன என்று புராணங்கள் கூறுகின்றன.

இந்த எண்பெருஞ்சித்திகள் 1. அணிமா, 2. மகிமா, 3. லகிமா, 4. கரிமா, 5. ப்ராப்தி, 6. பிரகாமியம், 7. ஈசத்வம், 8. வசியத்வம் என்பனவாகும். இவற்றுள் முதல் நான்கும் உடல் தொடர்புடையன. பின்னைய நான்கும் மனத் தொடர்புடையனவாகும்.

சிவயோகத்தில் திளைப்பவர்களுக்கு இந்த எட்டுச் சித்திகளும் அவர்கள் வேண்டாமலேயே கை வந்துவிடும். இந்தச் சிவயோக சாதனைகளைப் பயில குறைந்தது பன்னிரண்டு ஆண்டுகளாவது ஆகும் என்று திருமந்திரம் கூறுகின்றது.

இந்த எட்டுச் சித்திகளும் பரசித்திகள், அபர சித்திகள் என்று இரண்டு வகைப்படும். அபரசித்திகள் தன்னை அடையப் பெற்றவர்களுக்கு இன்பம் தருவதோடு மட்டும் நின்றுவிடும். பரசித்திகள் அடைந்து சிவப்பேறும் கைகூடப் பெற்றவர்களே பரலோகத்தை அடைவர். மற்றைய சித்திகளைப் பெற்றவர்கள் பரலோகத்தை அடையமாட்டார்கள். அருட்சித்தியான பரசித்திகள் பெற்றவர்களை, அபர சித்திகள் எனப்படும் மருட்சித்திகள் படைத்தோரால் வெல்ல முடியாது.

பரசித்திகளைப் பெற்ற சித்தர்கள் அருளாணையால் உலகநலன் பொருட்டுப் பல சித்துகள் செய்ததையும் அறிய முடிகின்றது. சித்தர்களின் மாபெரும் தலைவனான சிவபெருமானே எல்லாம் வல்ல சித்தனாகத் திருவுருவம் தாங்கி வந்து மதுரையில் திருவிளையாடல் புரிந்ததைப் புராண வரலாறுகளில் காண்கிறோம்.

1. அட்டமாசித்திகளில் முதலாவதான அணிமா என்பது, சித்தன் தன்னுடலை அணு அளவிற்குச் சுருக்கிக் கொள்ளுதலாகும்.

எடுத்துக்காட்டாக அனுமான் தன்னுடலைச் சிறியதாக்கிக் கொண்டு அரக்கியின் வாய் வழியே நுழைந்து காது வழியே வெளிப்பட்டதைக் கூறலாம்.

2. மகிமா என்பது, சாதகன் தன்னுடலைப் பல யோசனை அளவிற்கு விரித்துப் பெருக்கி நிற்றலாகும். எடுத்துக்காட்டாக அனுமான் அசோகவனத்தில் சீதையின் முன்பு பேருருக் கொண்டதையும், வீரபாகு தேவர் மகேந்திரபுரத்தில் சூரபத்மனுக்குத் தனது பேருருக் காட்டியதையும் கூறலாம்.

3. கரிமா என்பது, மிக்க அணுச்செறிவு உள்ளவனாதலாகும். தன் உடலை மட்டுமின்றித் தனது பார்வையினாலேயே ஒரு பொருளின் எடையை அதிகப்படுத்துவதும் இவ்வகைச்சித்தில் அடங்கும். சிவனடியாரின் வடிவில் வந்த சிவபெருமான் அமர்நீதி நாயனாரிடம் தன்னுடைய கோவணத்தைக் கொடுத்து அதற்கீடாக வேறு கோவணத்தைக் கேட்கின்றார். அதன்படியே நாயனார் முனிவரின் கோவணத்தை ஒரு தட்டில் வைத்து அதற்கீடாக நிறைய துணிகளையும் அடுத்து அணிமணிகளையும் வைக்கின்றார். எதுவும் அதற்கீடாகாமல் போகவே தன் மனைவி மக்களுடன் தராசுத்தட்டில் ஏறி அமர்ந்து விடுகினறார். இப்படித் தன்னுடைய நோக்கத்தினாலேயே ஒரு பொருளுக்குக் கனத்தைக் கூட்டுவதும் இவ்வகைச் சித்தில் அடங்கும்.

4. லகிமா, பஞ்சுப்போல் லேசாக இருத்தல், இதனால் அந்தரத்தில் பறப்பது எளிதாகின்றது. அனுமான் கடல் தாண்டியது, வீரபாகுதேவர் வீரமகேந்திரபுரம் சென்றது முதலான செயல்கள் யாவும் இதன் பாற்பட்டதேயாகும்.

இதுவரை சொல்லப்பட்ட நான்கு சித்திகளும் உடலைப் பற்றியன. இனிவரும் நான்கும் மனம் பற்றியன.

5. பிராப்தி என்பது, எந்தப் பொருளையும் இருந்த இடத்திலிருந்தே அடைதலாகும். எடுத்துக்காட்டாகச் சந்திர மண்டலத்திலுள்ள கல்லை இங்கிருந்தே எட்டி எடுத்துக்கொள்ளுதல்.

6. பிரகாமியம் என்பதும், கேட்கப்படும், பார்க்கப்படும் பொருள்கள் எதனாலும் தனக்குத் தடை ஏற்படாமல் பார்த்துக் கொள்ளுதல். காற்றிலும் வெட்ட வெளியிலும் நடப்பது போலவே, தடையின்றிப்

பாறைக்குள் நடந்து செல்லுதல், தண்ணீருக்குள் குதித்து உள்ளே செல்வது போலவே பூமியைத் துளைத்துக் கொண்டு செல்லுதல் முதலியனவாகும்.

7. ஈசத்துவம் என்பது, எல்லாவற்றிலும் தனது ஆற்றலைச் செலுத்தி அவற்றைத் தன் மனம்போல நடக்க வைத்தலாகும். பெரியமலையைத் தலைகீழாக இருக்கும்படி செய்வது, தண்ணீரினைத் திரட்டி ஒரு தூண்போல் ஆக்குதல் முதலினவாகும். சிலர் இதனைக் காற்று வடிவில் சஞ்சரிப்பது என்றும் கூறுவர். இஃது எல்லாவற்றிற்கும் சாதகன் தலைவனாக இருப்பதை உணர்த்தும் சித்தியாகும். (ஈசத்துவம்-தலைமைத் தன்மை).

8. வசித்துவம் என்பது, உலகப் பொருட்களைத் தன்வசப்படுத்தி கொண்டு அவற்றை ஏவல் கொள்வது. இது புலி, கரடி முதலான அனைத்து உயிரினங்களும் தம் முன்பு பணிந்து நின்று தான் சொன்னதைக் கேட்க வைப்பது முதலானவையாம்.

இவையாவற்றையும் இயற்கை, காலம் முதலியவற்றின் நியதிகளுக்கும், கடவுளின் விருப்பத்திற்கும் மாறாகச் செய்யக்கூடாது. அருளாளர்கள் பலர் அனேக சித்துக்கள் செய்திருந்தாலும் அவையாவும் இயற்கை வாழ்வினிற்கு ஊறு செய்யாதிருத்தல் இங்கு எண்ணத்தக்கதாகும்.

இந்த எண்பெருஞ்சித்திகளை அடைவதற்கான சிவயோக சாதனைகளும், தவயோக முறைகளும் திருமந்திரத்திலும், சித்தர் நூல்களிலும் விரிவாகக் கூறப்பட்டுள்ளதைக் காணலாம்.

இந்தியாவில் பல யோகிகளும், சித்தர்களும் மகான்களும் சித்தி பெற்று கணக்கிலடங்கா அற்புதங்கள் நிகழ்த்தியுள்ளனர். பல அற்புதங்கள் பதிவு செய்யப்பட்டுள்ளன. பல பதிவு செய்யப்படாமல் நிகழ்ந்துள்ளன. அற்புதங்களை தனது யோகா சக்தியைக் கொண்டோ, அல்லது தான் சார்ந்து நிற்கும் திறன்படைத்த யோகியின் துணை கொண்டோ நிகழ்த்த முடியும். பல்லாயிரம் ஆண்டுகளுக்கு முன்பு ஆதி யோகி யோகாவை சப்தரிஷிகளுக்குக் கற்றுத் தந்ததாக யோகா பாரம்பரியம் கூறுகிறது. சைவ நாயன்மார்கள் பல அற்புதங்களை நிகழ்த்தியுள்ளனர். ஆதியோகி அவர்களுக்கு, துணை நின்றதால் அவர்களால் பல அற்புதங்கள் புரிய முடிந்தது. ஆதிசங்கரர், திருமூலர் முதலானோர் நிகழ்த்திய கூடு

விட்டு கூடு பாயும் அற்புதம் அவர்களது யோக வலிமைக் கொண்டு நிகழ்த்தப்பட்டது. ஆண்டிற்கு ஒரு முறை யோகத்திலிருந்து எழுந்து ஒரு பாட்டு எழுதிவிட்டு மீண்டும் யோகத்துக்குள் நுழைந்த திருமூலர் ஒரு கைதேர்ந்த யோகியாய் இருந்திருக்க வேண்டும். ஆதி சங்கரர் தங்க நெல்லிக்கனி மழை பொழியச்செய்தது, "கனகதாரா ஸ்தோத்திரம்" பாடி இறைவன் துணை கொண்டு நிகழ்த்தியது.

ஏன் இந்தியாவில் மட்டும்:

அது என்ன இந்தியாவில் மட்டும் இவ்வளவு கடவுளர்கள், மதங்கள், முனிவர்கள், ரிஷிகள், அவதாரங்கள், அற்புதங்கள்? அவர்கள் மட்டும் எப்படி சித்தி பெறுகின்றனர்? மற்ற கண்டங்களில், நாடுகளில் மனிதர்கள் வாழவில்லையா? கடவுள் அவர்களை மனிதர்களாக மதிக்கவில்லையா? நமது சமூகத்திலே, நம்மிடையே வாழும் சகஇந்தியர்கள் கேட்கும் கேள்விகள் இவை.

நாம் தரையில் நின்றுகொண்டு சுற்றுமுற்றும் பார்த்தால் நாம் நிற்கிற தெரு, அதில் உள்ள வீடுகள் மரங்கள், மனிதர்கள் ஆகியவை கண்ணில்படுவர். நாம் ஒரு வீட்டின் மாடியில் ஏறி நின்று பார்த்தால் பக்கத்து தெரு, அதில் அமைந்துள்ள வீடுகள், நடமாடும் மனிதர்கள் ஆகியவற்றைப் பார்க்க முடியும். ஒரு கோபுரத்தின் மீதி ஏறி நின்று பார்க்கும் போது நகரம் முழுவதும் நம்மால் பார்க்க முடிகிறது. நாம் உயர, உயர, நம் பார்வை வரம்பு விரிந்து விரிந்து செல்கிறது. மற்ற நாடுகளும் கண்டங்களும் தரையில் நிற்கும் போது இந்தியாவில் நாம் கோபுரத்தின் உச்சியில் நின்று அவர்களை பார்க்கும் நிலையில் இருந்திருக்கிறோம்! அது எப்படி?

மற்ற நாடுகளில் மக்களுக்கு அன்றாட வாழ்க்கை ஒரு போராட்டமாக இருந்தபோது, அடுத்த உணவு கிடைக்குமோ கிடைக்காதோ என ஐயத்தில் வாழ்ந்து கொண்டிருந்த போது, இந்திய துணைக் கண்டம், ஒரு உன்னத நிலையை அடைந்து, அதன் மக்கள் திருப்தியாகவும், அமைதியாகவும் வாழ்க்கை நடத்திக்கொண்டிருந்தனர். தலைக்கு மேல் ஒரு கூரை, மூன்று வேளை குறையின்றி உணவு, உயிருக்கு எந்த ஆபத்துமில்லாத நிம்மதியான வாழ்க்கை இவை அமைந்த போது அவர்கள் மனதை ஆன்மீகத் தேடலுக்குள் செலுத்த முடிந்தது. இறைவன் உண்டா? அவன் இயல்பு என்ன? இந்த உலகம் எப்படி வந்தது? அதைப்

படைத்தது யார்? இந்த வாழ்க்கையின் இறுதி நோக்கம் என்ன? மனிதன் பிறக்கிறான் இறக்கிறான்; இறந்த பிறகு எங்கே போகிறான்? ஆன்மா என்று ஒன்று உண்டா? அதன் இயல்பு என்ன? என்ற பல கேள்விகளுக்கு விடை கண்டுபிடிக்க முயற்சித்தனர்.

பிரபஞ்சத்தின்பொருள்கள்யாவையும்இறைவன்(பரமாத்மா)ஆன்மா (ஜீவாத்மா) உலகம் என்ற மூன்று பகுதிகளுக்குள் அடக்கிவிடலாம். இந்திய முனிவர்கள் இந்த மூன்று பகுதிகளுக்குள் ஆழமாகச் சென்று ஆராய்ச்சி செய்துள்ளனர். அவர்களின் ஆராய்ச்சிகளின் விளைவுதான் இந்திய தத்துவ தரிசனங்கள் ஆகிய சாங்கியம், வைசேஷிகம், நியாயம், யோகம், பூர்வ மிமாம்ஸம், உத்தர மிமாம்ஸம் அல்லது வேதாந்தம். இந்திய மதங்கள் யாவும் இந்த தத்துவ தரிசனங்களை அடிப்படையாகக் கொண்டவை. இதனால் தான் இந்திய மதங்களின் முதுகெலும்பு தத்துவஞானம். இந்தியாவில் மதத்தை தத்துவத்திலிருந்து பிரிக்க முடியாது.

இந்திய துணைக் கண்டத்தின் புவியியல் அமைப்பு இந்த அமைதி சூழலுக்கு, தத்துவ ஆராய்ச்சிக்கும், ஒரு முக்கிய காரணம். உண்மையில் ஆழ சிந்தித்தோமானால் இந்திய நிலப்பரப்பு ஒரு ஆசீர்வதிக்கப்பட்ட நிலப்பரப்பு என்ற உண்மை விளங்கும். வடக்கே இமயமலை என்ற இயற்கைக் கோட்டை, தீபகற்பத்தின் மூன்று பக்கமும் அரணாக அமைந்திருக்கும் ஆழ்கடல்கள், மேற்கிலும் கிழக்கிலும் மலைத்தொடர்கள் யாரையும் எளிதில் நுழையவிடாத அமைப்பு, உள்ளே வந்து விட்டாலோ சொர்க்க பூமி, இமயமலையின் பனிப்படலங்களில் இருந்து உருவாகும் பல வற்றாத நதிகள், அவற்றின் கரைகளில் அமைந்த குடியிருப்புகள், பயிர் சாகுபடிக்கு ஏற்ற வளமான நிலப்பரப்பு, எடுக்க, எடுக்கக்குறையாத இயற்கை வளங்கள், மிதமான தட்ப வெட்ப நிலை, ஆண்டுக்கு இரு முறை பருவ மழை, என என்ன இல்லை இந்த பாக்கியம் நிறைந்த பாரத தேசத்தில்? இப்படி மனநிம்மதியான, அமைதியான வாழ்க்கை வாழ்ந்த மக்கள் பல துறைகளில் சிறந்து விளங்கி ஒர் அற்புத நாகரீகத்தை தோற்றுவித்தனர். இன்று சிந்து சமவெளி நாகரீகம் என மேலை நாட்டாரால் அழைக்கப்படும் சரஸ்வதி நதி நாகரீகம் தான் அது! ஆச்சரியமாக இருக்கிறதா? ஆம் சரஸ்வதி நதி தான்! நவீன செயற்கைக்கோள் புகைப்பட ஆராய்ச்சி, அகழ்வாராய்ச்சி, ரேடியோ கார்பன் கால மதிப்பீடு ஆகிய கருவிகள், சரஸ்வதி நதி

என்று ஒரு மிகப்பெரிய நதி ஒரு காலத்தில் இமயமலையிலிருந்து, அரபிக்கடல் வரை பாய்ந்திருந்தது. அதன் கரையில் சிறந்த ஒரு நாகரீகம் தழைத்தோங்கியிருந்திருக்கிறது என உறுதிப்படுத்துகிறது. அதன் கரையில் இருந்து எழுந்தது தான் வேத கலாச்சாரமும், வேதங்களும். அதன் கரையில் மனிதர்கள் யோக வாழ்க்கை வாழ்ந்து, தியானம் என்ற அற்புத கருவியைக் கொண்டு மனிதனின் உணர்வு நிலைகளில் அதுவரை கண்டுபிடிக்கப்படாத உன்னத இறையுணர்வு நிலை அல்லது துரியம் என ஒன்று உண்டு என கண்டுபிடித்தனர். விழிப்பு, ஆழ்தூக்கம், கனவுத்தூக்கம் என்ற நிலைகள் முறையே நனவு, தூக்கம், கனவு எனவும் சமஸ்கிருதத்தில் ஜாக்ரத், ஸுஷுப்தி, ஸ்வப்ன என்ற மூன்று உணர்வு நிலைகள் எல்லோரும் அறிந்தவை. இவைகளைத் தாண்டி உறங்கா விழியா நிலை என்ற துரியத்திற்குள் சில பயிற்சிகள் மூலம் சென்றடைய முடியும் என நமது ரிஷிகளும், முனிவர்களும் கண்டுபிடித்தனர். அந்த நிலைக்குள் பயணிக்கும் போது பல பிரபஞ்ச உண்மைகள் வெளியிடப்படுகின்றன. சில சித்திகள் கைவசப்படுகின்றன. மனிதன் பஞ்ச பூதங்களை கட்டுக்குள் கொண்டு வந்து அவற்றை தனக்காக பணிவிடை செய்ய வைக்கும் நிலைதான் பூத சித்தி. பூத சித்தியில் கைதேர்ந்த ஒருவரால் அற்புதங்கள் ஆற்ற முடியும்.

உறங்கா விழியா நிலைக்குச் சமாதி என்ற பெயரும் உண்டு. அந்நிலையில் ஞான திருஷ்டி கைகூடும் என்றும் முக்காலமும் உணர முடியும் என்றும் கூறுவர். பற்றற்ற வாழ்க்கை, யோகத்தில் வாழ்ந்து, தியானத்தின் துணை கொண்டு இறை நிலை அடைந்த எண்ணற்ற ஞானிகளையும், மகான்களையும், முனிவர்களையும் சித்தர்களையும் பாரத புண்ணிய பூமி உற்பத்தி செய்துள்ளது. ஏனய நாட்டவர் ஆன்மீகத்தின் முதல் படியில் நின்று கடவுளை, கற்பனை செய்ய முயன்ற போது இந்தியாவில் முனிவர்களும் ரிஷிகளும் அதன் பல படிகளைக் கடந்து, சுயஉணர்வு பெற்று, உள்ளிருக்கும் இறையுணர்வு அறிந்து, கடவுளை அனுபவித்து அறிந்தனர். பரமாத்வாவும் அதன் பங்கிற்கு அவதாரங்களை இந்தியாவுக்குள் அனுப்பி மனிதர்களோடு உறவாடவும், தீயவர்களை அழித்து தர்மத்தை நிலை நாட்டவும், மக்களை நல்வழிப்படுத்தவும் முனைந்தது.

பாரத தேசத்தில் முனிவர்கள், ரிஷிகள், அவதாரங்கள் பல தோன்றுவதற்கு காரணம் அமைதியான, எதற்கும் குறைவில்லாத வாழ்க்கை, அவர்களை அடுத்த நிலைக்கு கொண்டு சென்றதே.

ஏன் இந்தியாவில் மட்டும்? பல விதமான மின்னலைகள் உலகில் உலவி வருகின்றன. அவற்றை பெறுவதற்கு தகுந்த அலைவாங்கி (antenna) இருந்தால்தான் அவற்றைப் பெற்று தொலைக்காட்சி பெட்டிக்குள் பாய்ச்சி படமாக வெளியிடமுடியும். CNN, BBC, மின்னலைகள் காற்றில் கலந்திருந்தாலும் தகுந்த உள்வாங்கி (Receiver) இல்லாவிட்டால் அவற்றை அறிய முடியாது. பல நாடுகளில் இறைவெளிப்பாடு ஏற்பட்டிருக்கலாம், ஆனால் பக்குவமடைந்த, உள்வாங்கிகள் இல்லாமல் இருந்திருக்கலாம். இந்தியாவில் பக்குவமடைந்த, பண்பட்ட உள்வாங்கிகள், இறை வெளிப்பாடுகளை பெற்றுக்கொள்ள இருந்திருக்க வேண்டும்.

அதனால் தான் இந்தியா வஸிஷ்டர், சக்தி, பராசரர், வால்மீகி, வியாசர், விஸ்வாமித்திரர், மரிச்சி, கஷ்யப், பரத்வாஜ், கபிலர், கனாதர், கௌதமர், அகஸ்தியர், ப்ரிகு, சுகதேவர், வைசம்பாயனர், யக்யவல்கர், ஜெய்மினி, மைத்ரேயர், பதஞ்சலி, புத்தர், சங்கரர், ராமானுஜர், மத்வர், மஹாவீர், ஞானசம்பந்தர், சுந்தரர், திருநாவுக்கரசர், கண்ணப்பர், மாணிக்கவாசகர், திருமூலர், திருவள்ளுவர், சேரமான் பெருமாள், வள்ளலார், இராமகிருஷ்ணர், ரமணர், என எண்ணிலடங்கா முனிவர்களையும், சித்தர்களையும், ரிஷிகளையும் பெற்றெடுத்துத் தந்தது. அவர்கள் ஆற்றிய அற்புதங்களும் எண்ணிலடங்கா! அதற்காக அற்புதங்கள் ஆற்றுவதுதான் இவர்களது முக்கிய தொழில் என எண்ணிவிட வேண்டாம். அற்புதங்கள் வெறும் பக்க வாத்தியங்கள் தான். முக்கிய பணி தாங்கள் ஈஸ்வரன், ஜீவன், ஜகத் முறையே இறைவன், உயிர்கள், உலகம் ஆகியவற்றைப் பற்றி அறிந்த ஆராய்ச்சி முடிவுகளை, அவர்கள் நிறுவிய பல மதங்கள் மூலமாகவும், எழுதிய புத்தகங்கள் மூலமாகவும், மக்களை விழிப்புணர்வடையச் செய்து ஆன்மாவை சகலவஸ்தையிலிருந்து விடுவித்து சுத்தவஸ்தைக்கு அழைத்துச்சென்று ஜீவன் முக்தர்கள் ஆக்குவதேயாம்.

நமது நாயகன் சேரமான் பெருமாள், வந்த சைவ பாரம்பரியத்தில் முக்கியமான நாயன்மார்கள் ஆற்றிய அற்புதங்களைப் பற்றி வாசகர்களிடம் பகிர்ந்து கொள்ளுதல் இத்தருணத்தில் உசிதமாக இருக்கும். நமது மகான்கள் ஆற்றிய அற்புதங்களை நாம் அறியாதவர்களாய் இருப்பது நமது இந்திய கல்வித்திட்டத்தின் விளைவு.

திருஞான சம்பந்தர் பிறருக்குச் செய்த அற்புதங்கள்:

1. திருமறைக்காடு: மூடிய கோயில் கதவங்களைப் பாடித் திறக்கச் செய்தார்.
2. திருப்பாச்சிலாச்சிரமம்: மழவன் மகளின் முயலகன் நோய் (Polio) நீக்கினார்.
3. திருமருகல்: பாம்பு தீண்டிய வணிகனின் விடம் நீக்கினார்.
4. திருவோத்தூர்: ஆண்பனையை பெண்பனை ஆக்கினார்.
5. மதுரை:

   (அ) தான் தங்கியிருந்த மடத்திற்குக் **கூன் பாண்டியன்** வைத்த நெருப்பை அவனுக்கே வெப்புநோயாகப் பற்றச் செய்தார்.

   (ஆ) அவன் மனைவி **மங்கையர்க்கரசியாரும்,** அமைச்சர் **குலச்சிறையாரும்** வேண்ட, நீறு பூசி வெப்பு நோய் நீக்கி, கூன் நீங்கச் செய்து அவனை **நின்றசீர்நெடுமாறன்** ஆக்கினார்.

   (இ) வாதுக்கு அழைத்த **புத்தநந்தி**யின் தலை துண்டாகுமாறு செய்தார்.

   (ஈ) தனது பூணூல் விழாவின் பொழுது காயத்ரி மந்திரம் ஓத வந்த அந்தணர்க்குத் திருவைந்தெழுத்து உபதேசித்தார்.

6. மயிலாப்பூர்: சிறுவயதில் இறந்து போய்க் குடத்திற்குள் சாம்பலாக இருந்த **பூம்பாவை** என்னும் பெண்ணை அப்பொழுதிற்கு உரிய வயது, இளமை, அழகோடு உயிர் பெற்றெழச் செய்தார். அப்பொழுது சம்பந்தர் பாடிய பாடல்கள் **பூம்பாவைத் திருப்பதிகம்** எனப்படுகிறது.

மட்டிட்ட புன்னையங் கானல் மடமயிலைக்
கட்டிடம் கொண்டான் கபாலீச் சரம்அமர்ந்தான்
ஒட்டிட்ட பண்பின் உருத்திரப் பல்கணத்தார்க்
கட்டிடல் காணாதே போதியோ பூம்பாவாய்

என்பது அப்பதிகத்தின் முதல்பாடல். இப்பதிகம் முழுவதும் **காணாதே போதியோ பூம்பாவாய்** என முடிகிறது.

திருஞானசம்பந்தரின் அனைத்துப் பதிகங்களிலும் எட்டாவது பாடல் **இராவணன்** கயிலை மலையை எடுத்துத் துன்புற்றதையும்,

ஒன்பதாவது பாடல் **மாலும் அயனும்** காண இயலாத சிவபெருமானின் பெருமையையும், பத்தாவது பாடல் **சமண பௌத்த சமயங்கள்** துன்பம் தரும் தீங்கினை உடையன என்றும் பாடும் பாங்கினைக் கொண்டுள்ளன.

பதினோராவது பாடலில் தனது பெயரையும், ஊரையும் குறிப்பிட்டபின் பதிகத்தைப் பாடுவார் அடையும் பயன்களைக் கூறும் முறையில் அமைத்துள்ளார். இப்பாடல்கள் பதிகங்களின் காப்பாக கடைசியில் அமைக்கப்பட்டுள்ளதால் சம்பந்தர் தேவாரமே திருக்கடைக்காப்பு எனச் சிறப்பிக்கப்படுகிறது. எடுத்துக்காட்டாக,

ஞானசம் பந்தன் நலம்புகழ்ந்த பத்தும்வல்லார்
வானசம் பந்தத் தவரோடும் வாழ்வாரே

என்னும் பாடலைக் கூறலாம்.

திருஞானசம்பந்தருக்கு இறைவன் செய்த அற்புதங்கள்:

திருஞானசம்பந்தர் போகும் இடங்களில் ஆங்காங்குப் பல பயனுறு நலங்களை இறையருளால் பெற்றார்.

1) திருகோலக்காவில் - பொற்றாளம்
2) திருவாவடுதுறையில் - பொற்கிழி
3) திருவீழிமிழலையில் - படிக்காசு
4) திருவாயிலறத்துறையில் - முத்துச்சிவிகை (முத்துப்பல்லக்கு)
5) பட்டீச்சுரத்தில் - முத்துப்பந்தல்
6) பெருமண நல்லூரில் - திருஞானசம்பந்தருக்கு நடந்த திருமணவினையில் தீவலம் வருமாறு கூறினர். தீவலம் வரும்போது ஒளிரும் நெருப்பாக விளங்கும் ஒளியாம் இறைவனையே வலம் வரவேண்டும் என விரும்பினார். அவ்வாறே ஒளிப்பிழம்பாக நின்ற சோதியுள் தன் மனைவியுடன் வைகாசி, மூலநாளில் இரண்டறக் கலந்தார்.

திருநாவுக்கரசர் ஆற்றிய அற்புதங்கள்:

1. என் கடன் பணிசெய்து கிடப்பதே என்னும் கொள்கையில் நின்று உழவாரப்பணி மேற்கொண்டார்.
2. மகேந்திரவர்ம பல்லவனைச் சைவனாக்கினார்.
3. திருமறைக்காட்டில் பாடியே கதவம் திறக்கச் செய்தார்.
4. பாம்பு தீண்டி இறந்த அப்பூதி அடிகளின் மகனை உயிர்பெற்று எழச் செய்தார்.
5. திருவையாற்றில் மூழ்கி எழுந்து, கயிலாயக் காட்சியைக் கண்டார்.
6. திருநாவுக்கரசர் சமணத்தில் இருந்து சைவரானதும் மன்னன் மகேந்திர வர்ம பல்லவன் திருநாவுக்கரசர்க்கு எண்ணரிய தீங்குகள் இழைத்தான்.

   கொதிக்கின்ற சுண்ணாம்புக் காளவாயில் (நீற்றறை) உயிரோடு நாவுக்கரசரை இட்டனர். இறைவன் மீது கொண்ட மாறாத நம்பிக்கையில்,

மாசில் வீணையும் மாலை மதியமும்
வீசு தென்றலும் வீங்குஇள வேனிலும்
மூசு வண்டறை பொய்கையும் போன்றதே
ஈசன் எந்தை இணையடி நீழலே

என்று பாடி வாழ்த்தினார். இறைவன் நாவுக்கரசரை வேகாமல் உயிரோடு நலமாகக் காத்துத் தந்தார்.

(ஆ) இரண்டு கால்களிலும் கல்லைக் கட்டிக் கடலிலே நாவுக்கரசரைத் தூக்கிப் போட்டனர். ஒளியாம் இறைவனை, வானத்திலே விளங்கும் சோதி' என்னும் பொருளில் 'சோதி வானவன்' எனப் போற்றித் துதித்தார்.

சொல்துணை வேதியன் சோதி வானவன்
பொன்துணைத் திருந்தடி பொருந்தக் கைதொழக்
கல்துணைப் பூட்டிஓர் கடலில் பாய்ச்சினும்
நல்துணை ஆவது நமச்சி வாயவே

எனக் கரங்கள் கூப்பி வானகம் நோக்கி ஒளியாம் இறைவனைத் துதித்தார்.

சுந்தரர் வாழ்வில் நிகழ்ந்த அற்புதங்கள்:

1. 12,000 பொன்னை மணிமுத்தாற்றில் போட்டு கமலாலயத்தில் எடுத்தார்.
2. இவர் பொருட்டு திருவையாற்றில் காவிரி ஆறு இரண்டு கூறாகப் பிளந்து நின்றது.
3. திருப்புகலூரில் தலையில் வைத்த செங்கல் தங்கக் கல்லாக மாறியது.
4. வாழ்நாள் முழுவதும் மணக்கோலத்துடனேயே வாழ்ந்தார்.
5. கணிகையர் குலத்துப் பரவையார் மீது காதல் கொண்டார். இவரது காதலுக்குச் சிவபெருமானே பாலமாக இருந்து உதவி புரிந்தார். இதனை,

பரவை என்னும்என் காதலிக்கும் எனக்கும்
பற்றாக உள்ள பெருமானே

என்று சுந்தரரே குறிப்பிட்டுள்ளார்.

6. இவரது 16-வது வயதில் திருமணத்தன்று இறைவனே முதியவர் வடிவில் நேரில் வந்து ஓலை காட்டி ஆட்சி, ஆவணம், அயலார் காட்சி என்னும் மூவகைச் சான்றுகளாலும் சுந்தரர் தனது அடிமை என நிறுவினார்.
7. தன்னை அடிமை என்று கூறிய இறைவனைப் 'பித்தா' எனக் கோபித்துப் பேசினார். இறைவன் சுந்தரரை ஆட்கொண்டபின் 'பித்தா' எனத் தொடங்கிப் பாடுமாறு பணித்தார். சுந்தரரும்,

"பித்தாபிறை சூடீ! பெரு மானேஅரு ளாளா
எத்தா நான்மற வாதேநினைக் கின்றேன் மனத்துஉன்னை
வைத்தாய்பெண்ணைத் தென்பால்வெண்ணெய் நல்லூர்அருள்
துறையுள்
அத்தா உனக்கு ஆளாய்இனி அல்லேன் எனலாமே"

எனப் பாடினார்.

8. இருகண் பார்வை இழந்தவர், காஞ்சியில் ஒரு கண்ணையும் திருவாரூரில் மற்றொரு கண்ணையும் பெற்றார்.

9. அவிநாசியில் முதலை உண்ட பாலனை, 'கரைவாய் முதலையைப்பிள்ளை தரச் சொல்லு காலனையே' எனப் பாடி உயிரோடு வரச் செய்தார்.

10. சேரமான் பெருமாள் நாயனாரோடு வெள்ளையானை மீது அமர்ந்து கயிலை சென்றார்.

11. மன்னர் மகனாக அனைத்து இன்பங்களும் பெற்று வாழ்ந்தவர் சுந்தரர். இறைவன் தடுத்தாட்கொண்டபின்

வாழ்வாவது மாயம்இது மண்ணாவது திண்ணம்
பாழ்போவது பிறவிக்கடல் பசிநோய்செய்த பறிதான்
தாழாதுஅறம் செய்மின்தடங் கண்ணான்மல ரோனும்
கீழ்மேலுற நின்றான்திருக் கேதாரம் எனீரே

என்று பாடும் மனப்பக்குவம் கொண்டார்.

இப்படி ஒரு சிறப்பான, உயரிய பல அற்புதங்கள் ஆற்றிய பாரம்பரியத்தில் திளைத்து நல்வாழ்க்கை வாழ்ந்து வந்த சைவ சித்தாந்தி சேரமான் பெருமாள் ஒரு அற்புதத்தைக் கண்டு மயங்கி தான் பிறந்த மண்ணின் பெருமையை மறந்து, தான் ஆற்றிய சிவ தொண்டின் மூலம் இறைவனுக்கு நெருக்கமானவன் என்ற நிலையில் இருந்து வழுவி கப்பலேறி, புதிதாக முளைத்த, அதன் இறைகொள்கைகளும், தத்துவங்களும் வரையறுக்கப்படாத வேளையில், அதில் சேர்ந்தார் என்ற கதை சேரமான் பெருமாள் என்ற மன்னன், சைவ சித்தாந்தி, இறைவனுக்கு மூன்று அற்புத சொற்கோவில்கள் கட்டிய பேரருளாளனை கொச்சைப் படுத்தும் முயற்சியாகும். இதில் எந்த உண்மையும் இருக்க முடியாது.

நமது நாயகன் சேரமான் பெருமாள் வாழ்விலும் பல அற்புதங்கள் நிகழ்ந்துள்ளன. அவர் சிரமேற்கொண்டு தினமும் சிவபூசை செய்வதும், அவரது உண்மையான, கபடமற்ற அன்பும் அவரை இறைவனுக்கு நெருக்கமானவராக ஆக்கியிருந்தது. அவரது பூசையை ஏற்றுக்கொண்டதற்கு அடையாளமாக இறைவன் தன் கால் சிலம்பினை அசைக்க அதிலிருந்து எழும் மணியோசையை கேட்டு திருப்தியுறுவது அவரது வழக்கம்.

மதுரையை சார்ந்த பாணபத்திரரை அவர் வறுமை நீங்க, சேரமான் பெருமாளைச் சென்று காணுமாறு ஓலை கொடுத்தனுப்பியதும், சேரமான்

தனது பொக்கிஷங்கள் அனைத்தையும் வரவழைத்து, அவருக்கு என்ன வேண்டுமோ அதை எடுத்துக்கொள்ளுமாறு வேண்டி நின்றது. எனக்கு இவ்வளவெல்லாம் வேண்டாம் என் வறுமை நீங்க நீங்களே எடுத்துத்தாருங்கள் என்று கூற சேரமான் பொன்னும் பொருளும் கொடுத்து யானை மீது ஏற்றி அனுப்பியது.

சுந்தரரிடம்,சேரமான்நட்புபூணவேண்டும்என்றஒரேகாரணத்துக்காக இறைவன் கால் சிலம்பு ஒலிக்காமல் செய்து லீலை நடத்தி சேரமான், சுந்தரரை கண்டு நட்பு பூண்டு, அவருடன் பல ஊர்களுக்குச் சென்று இறைவனை வழிபட்டு, திருவையாற்றினை அடைந்து அங்கு சுந்தரர் பதிகம் பாடி, காவிரியை பிளவுபடுத்திய அற்புதத்தை பக்கத்தில் இருந்து கண்டவர். அத்தகைய சைவப் பெருந்தகை யாரோ யாருக்கோ காட்டிய சந்திரன் பிளவு பட்ட அற்புதத்தை கண்டு மயங்கினார் என்பது நம்ப முடியாத கதையாகும்.

8

கற்கோவில்களும், சொற்கோவில்களும்

துளஸிதாஸ்

தமிழ்நாட்டின் சின்னம் கோவில் கோபுரம். இந்த சின்னத்திற்கு பின் ஒரு கதையுண்டு. அன்று மெட்ராஸ் ப்ரஸிடென்ஸிக்கு முதல்வராக இருந்த ஒமந்தூரார் என அழைக்கப்பட்ட ஒமந்தூர் ராமசாமி ரெட்டி (1895-1970) கோவில் கோபுரத்தை தமிழ்நாட்டு சின்னமாக வைக்க வேண்டும் என்று பாரத பிரதமர் நேரு அவர்களுக்கு கடிதம் எழுதினார். அது ஒரு மதத்தின் சின்னம். அதை வைக்க முடியாது என மறுத்து நேரு பதில் எழுதினார். ஒமந்தூரார் விடவில்லை. இது தமிழ் நாட்டின் தனிச்சிறப்பு. தமிழ் நாட்டின் கட்டிடக் கலையின் உயரிய வெளிப்பாடு. இது போன்ற கட்டிடக் கலையின் உச்சத்தை உலகில் வேறு எங்கே பார்த்திருக்கிறீர்கள் எனச் சீற, நேரு கோபுரத்தை சின்னமாக வைக்க அனுமதி வழங்கினார். ஸ்ரீவில்லிப்புத்தூர் ஆண்டாள் கோவில் கோபுரத்தை தமிழ்நாட்டுச் சின்னமாக தேர்ந்தெடுத்தனர்.

ராஜ ராஜ சோழன் கட்டிய தஞ்சை பிரஹதீஸ்வரர் கோவில், 1000 ஆண்டுகள் பழமையானதும், பல நில நடுக்கங்களை சந்தித்தும், இன்றும் நிமிர்ந்து நின்று தமிழர் கட்டுமான சிறப்பை பறை சாற்றிக் கொண்டிருக்கின்றது. ஒன்பது கோபுரங்களைக் கொண்ட திருவண்ணாமலை அருணாச்சலேஸ்வரர் கோவில், பதினான்கு கோபுரங்களைக் கொண்ட மதுரை மீனாட்சியம்மன் கோவில் மற்றும் பல கோபுரங்களைக் கொண்ட பல தமிழ்நாட்டுக் கோவில்கள்

தமிழர்களின் கட்டிடக் கலையின் நேர்த்தியையும், கீர்த்தியையும் படம் பிடித்துகாட்டுகின்றன.

பல கோவில்கள், 1000 வருடங்களுக்கு மேலாகியும் பலவிதமான இயற்கைச் சீற்றத்திற்கும், தட்ப வெட்ப நிலைகளுக்கு உள்ளாகியும், இன்றும் நிலை குலையாமல் நிற்கின்றன என்றால், தமிழர்கள் இந்த கற்கோவில்களை கட்டுவதற்கு முன்பு, சரிவர திட்டமிட்டு மண்ணின் தன்மை உபயோகிக்கப்படும் கட்டுமானப் பொருட்கள், அவற்றைப் பெறும் வழிகள், தொழிலாளர்கள், தனித்திறமை படைத்த தொழிலாளர்கள், நிதி நிலைமை ஆகியவற்றைக் குறித்து விரிவான ஆராய்ச்சி செய்து, முடிவெடுத்த பின்னரே பணி துவங்கியிருக்க வேண்டும். மேலும் கற்கோவில்கள் காலத்தால் அழியாமல் இன்றும் நிமிர்ந்து நிற்கின்றன என்றால், கோபுரத்தின் மொத்த எடை, அதைத் தாங்குவதற்கு தேவையான தூண்கள், அடித்தளம் எவ்வளவு ஆழம் இருக்க வேண்டும், அமைப்பு போன்ற விவரங்களை துல்லியமாக கணித்து, திட்டமிட்டு பணியாற்றியிருக்க வேண்டும். இப்படி திட்டமிட்டு செயல்படுத்துவதற்கு நமது முன்னோர்கள் கணிதத்திலும், வடிவமைப்பிலும் சிறந்து விளங்கியிருக்க வேண்டும். மின்சாரம், மின்தூக்கிகள், மின்சார கருவிகள், சிமெண்ட் போன்ற நவீன கருவிகள் இல்லாத காலத்தில், காலத்தால் அழியாத கற்கோவில்களை, கட்டுவதற்கு எப்படி முடிந்தது? ஈசன் துணை நின்றிருப்பானோ?

இல்லை இவற்றைக் கட்டத் தீர்மானித்த மன்னர்களின் தன்னலமற்ற தொண்டு துணை நின்றிருக்குமோ? அவர்கள் தங்களுக்கு பெரிய பெரிய அரண்மனைகள் கட்டிக் கொள்ளாமல் இறைவனுக்கு அரண்மனை கட்டுவதை சிரமேற்கொண்டு, தலையாய கடமையாக செய்துள்ளனரே! இறைவன் அருள் அவர்களுக்கு பூரணமாக இருந்திருக்க வேண்டும் என்பதில் சிறிதும் ஐயமில்லை. இறைவன் அருள் இருந்தால் முடிக்க முடியாத செயலும் உண்டோ?

கற்கோவில்களை எழுப்பி, இறைவனை அவற்றுள் எழுந்தருள வைத்து, ஆறு கால பூசைகள் நடக்க ஏற்பாடு செய்து, அவற்றின் பராமரிப்புக்கு பல ஆயிரக்கணக்கான நிலங்களை நன்கொடையாக அளித்துள்ளனர் நமது முன்னோர்கள். அதே சமயம் இறைவன் புகழ்பாடி, அவன் அருளைப் பெற சொற்கோவில்களை எழுப்பி, சமயக்குரவர்கள், புலவர்கள், பக்தர்கள் பலர் அரும்பணியாற்றியுள்ளனர். சைவத்திலும்,

வைணவத்திலும் இருக்கும் நூல்களின் எண்ணிக்கை வேறு எந்த மொழியிலாவது இருக்குமா எனக்கேட்டால், இருக்காது என்பதே விடையாக இருக்கும். அவன் பெருமையைப் போற்றி, அவனருள் பெறுவதற்காக கட்டிய சொற்கோவில் மேலும் தமிழர் பெருமையை உலகுக்கு எடுத்துரைக்கும் அறிவு பெட்டகங்களாக திகழ்கின்றன.

சைவத்தைப் பொறுத்தவரையில் நாயன்மார்கள் பாடிய பாடல்களை வகைப்படுத்தி 12 திருமுறைகளாக தொகுத்துள்ளார்கள். திருநாரையூரைச் சார்ந்த நம்பியாண்டார் நம்பிகள் திருமுறைகளைத் தொகுக்க ஆற்றிய பணி சிறப்பானது.

சைவத்தின் குழந்தை சுவாமிகள் ஆகிய திருஞானசம்பந்தர் பாடிய பாடல்கள் 1, 2, 3 திருமுறைகளாக தொகுக்கப்பட்டுள்ளது. ஞான சம்பந்தர் 16000 பாடல்கள் தான்வாழ்ந்த 16 ஆண்டுகளில் பாடியதாக கூறுவர். ஆனால் இப்போது நமக்கு கிடைப்பவை 4213 பாடல்கள் மட்டுமே.

சைவத்தின் அப்பா சுவாமிகள் ஆகிய திருநாவுக்கரசர் பாடிய பாடல்கள் 4, 5, 6 திருமுறைகளாகத் தொகுக்கப்பட்டுள்ளன. இவர் பாடியது 49000 பாடல்கள். கிடைப்பவை 3066 பாடல்கள். பெருமானின் தோழர் சுவாமிகளாகிய சுந்தரர் பாடிய பாடல்களை 7-ம் திருமுறையாக தொகுக்கப்பட்டுள்ளன. இவர் பாடிய பாடல்கள் 38000. ஆனால் கிடைப்பவை 1026 மட்டுமே.

மாணிக்கவாசகர் பாடிய திருவாசகமும் திருக்கோவையாரும் 8-ம் திருமுறையாகத் திகழ்கிறது.

திருமாளிகைத்தேவர், கருவூர்த்தேவர், சேந்தனார், பூந்துருத்தி கடலநம்பி, கண்டராதித்தர் வேணாட்டடிகள், திருவாலி அமுதனார், புருடோத்தம நம்பி, சேதிராயர் ஆகிய ஒன்பதின்மர் பாடிய 29 பதிகங்கள் திருவிசைப்பா எனப்படும் பாடல்கள் மொத்தம் 301, ஒன்பதாம் திருமுறைக்குள் அடங்கும்.

திருமூலர் பாடிய 3000 பாடல்கள் 10-ம் திருமுறையாக தொகுக்கப்பட்டு, திருமந்திரம் என அழைக்கப்படுகிறது.

திருவாலவாயுடையார், காரைக்கால் அம்மையார், கல்லாடத்தேவ நாயனார், நக்கீரதேவ நாயனார், கபில தேவ நாயனார், பரணதேவ நாயனார், அதிரா அடிகள், எம்பெருமான் அடிகள், ஐயடிகள் காடவர்

கோன், சேரமான் பெருமாள் நாயனார், பட்டினத்தடிகள், நம்பியாண்டார் நம்பிகள் ஆகிய பன்னிருவர் பாடிய 40 நூல்கள் 11-ம் திருமுறைக்குள் அடங்கும்.

சேக்கிழார் அருளிச்செய்த 4286 பாடல்களைக் கொண்ட பெரிய புராணம் என்று அறியப்படும் திருத்தொண்டர் புராணம் 12-ம் திருமுறையாகத் திகழ்கிறது.

சைவ சித்தாந்தங்களை உணர்த்தும் 14 நூல்கள் மெய்கண்ட சாத்திரங்கள் எனப்படும். இதனை

"உந்தி, களிறு, உயர்போதம், சித்தியார்
பிந்திருபா, உண்மை, பிரகாசம் – வந்த அருள்
பண்புவினா, போற்றி, கொடி, பாசமிலா நெஞ்சுவிடு,
உண்மை நெறி, சங்கற்ப உற்று"

எனும் பாடல் வரிசைப்படுத்துகிறது.

அப்பதினான்கு மெய்கண்ட நூல்கள் கீழ்வருமாறு:

1. திருவுந்தியார்
2 திருக்களிற்றுப்படியார்
3. சிவஞானபோதம்
4. சிவஞான சித்தியார்
5. இருபா இருபஃது
6. உண்மைவிளக்கம்
7. சிவப்பிரகாசம்
8. திருவருட்பயன்
9. வினா வெண்பா
10. போற்றிப் பஃறொடை வெண்பா
11. கொடிக்கவி
12. நெஞ்சுவிடுதூது
13. உண்மை நெறிவிளக்கம்
14. சங்கற்ப நிராகரணம்

அருணகிரியார், இரட்டைப்புலவர்கள், காளமேகப்புலவர், குமரகுருபரர், சிவப்பிரகாசர், அந்தகவி வீரராகவ முதலியார், தாயுமான சுவாமிகள், சிவஞான முனிவர், இராமலிங்க வள்ளலார், பட்டினத்தார் முதலானோர் எழுதிய பாடல்கள் சைவ பக்தி இலக்கியங்கள் என போற்றப்படுகின்றன.

இவ்வாறு இறைவனுக்கு கற்கோவில்கள் கட்டிய சைவர்கள் சொற் கோவில்கள் கட்டி அவன் பெருமையை உலகுக்கு உணர்த்தியுள்ளனர். இனி நமது கட்டுரை நாயகன் கழறிற்றறிவார் என அறியப்படும் சேரமான் பெருமாள் சைவத்திற்கு ஆற்றிய பணி கற்கோவிலா, சொற்கோவிலா

எனப்பார்க்கலாம். அவர் மன்னன் ஆனாலும் ஈசனுக்கு கற்கோவில் எதுவும் கட்டியதாக பெரியபுராணத்தில் பதிவு செய்யப்படவில்லை. அவரது தலை நகராகிய கொடுங்கோளூர், இன்று கொடுங்கல்லூர் என்று அழைக்கப்படுகிறது. கொடுங்கோளூரிலிருந்து 3 கிலோமீட்டர் தூரத்தில் திருவஞ்சிக்குளம் என்ற இடத்தில் அமைந்துள்ள 2000 வருடங்களுக்கு மேல் பழமையான மஹாதேவன் கோவிலுக்கு சென்று வழிபடுவதை வழக்கமாகக் கொண்டிருந்தார் என பெரியபுராணம் பதிவு செய்கிறது. சேரமான் காலத்தில் இந்த இடம் திரு அஞ்சைக் களம் என அறியப்பட்டது. இந்தக்கோவில் இன்றும் உள்ளது. சேரமான் பெருமாள் மசூதிக்கு வெகு அருகாமையில், சுமார் ½ கிலோமீட்டர் தூரத்தில் அமைந்துள்ளது, விந்தையிலும் விந்தை.

நமது நாயகன் சேரமான் பெருமாள் கட்டிய சொற்கோவில்கள் மூன்று. அவை 100 பாடல்களைக் கொண்ட பொன் வண்ணத்து அந்தாதி, 30 பாடல்களைக் கொண்ட திருவாரூர் மும்மணிக்கோவை, 197 வரிகளைக் கொண்ட திருக்கைலாய ஞானவுலா ஆகியவை.

பொன் வண்ணத்து அந்தாதி,

“பொன் வண்ணம் எவ்வண்ணம் அவ்வண்ணம் மேனி
பொலிந்திலங்கு மின்வண்ணம் எவ்வண்ணம், அவ்வண்ணம் வீழ்சடை
வெள்ளிக்குன்றம் எவ்வண்ணம், அவ்வண்ணம், மால்விடை
தன்னைக் கண்டதும் என்வண்ணம் எவ்வண்ணம், அவ்வண்ணம் ஈசனுக்கே”

என்ற சிறப்புமிக்க பாடலோடு தொடங்குகிறது. சேரமான் பெருமாள் தில்லைச் சிற்றம்பலத்தை அடைந்து அம்பலவாணனது அருட் கூத்தினை கண்டு மகிழ்ந்து பாடிய, நூறு பாடல்களின் தொகுப்பு பொன் வண்ணத்து அந்தாதி என சேக்கிழார் தன் பெரியபுராணத்தில் கூறுகிறார். பொன்னார் மேனியனைக் கண்டு காமுற்று அவனை அடைய முடியாமல் போனதால், பசலை நிறங்கொண்டு உடல் வேறுபட்ட தலைவியொருத்தி, தானும், தன்னால் காதலிக்கப்பட்ட சிவபெருமானும், பொன் வண்ணமாகிய ஒரே நிறத்தினைப்பெற்று விளங்கும் உருவ ஒப்புமையை எண்ணி உள்ளம் குளிர்ந்து உரைப்பதாக அமைந்துள்ள செய்யுள் இது. பொன் வண்ணம் என்ற சொற்றடரில் தொடங்கும் இப்பனுவல், இறுதிச்செய்யுளாகிய, 100வது செய்யுள் “கனகமலையருகே போயின காக்கையு மன்றே படைத்தது பொன் வண்ணமே” என முடிகிறது. எனவே இந்நூலுக்கு பொன் வண்ணத்து அந்தாதி என்ற பெயர் வந்தது.

மும்மணிக்கோவையென்பது, வேறு வேறு நிறமுடைய மூவகை மணிகளால் கோர்க்கப் பெற்ற மாலை போன்று ஆசிரியம், வெண்பா, கட்டளைகலித்துறை என்ற மூவகை செய்யுட்களால் அந்தாதித் தொடையமைய இயற்றப்பெறும் பிரபந்தம். இப்பிரபந்தம் முப்பது பாடல்களால் நிறைவு பெற வேண்டும் என்பது விதி. திருவாரூரில் கோவில் கொண்டு எழுந்தருளியுள்ள சிவபெருமானைப் போற்றுவதால் இது திருவாரூர் மும்மணிக்கோவை என்றும் பெயர் பெற்றது. திருவாரூரை அடைந்து, சுந்தரரை தோழராகப் பெற்று, அவர் மகிழ, அவருடன் பூங்கோயிலமர்ந்த இறைவனைப் போற்றி பரவும் நிலையில் இந்த திருமும்மணிக்கோவையை பாடியருளினார் என்பதும், இதனை இறைவன்முன் அரங்கேற்றினார் என்பதும் வரலாறு.

உலா என்பது, தமிழிலுள்ள தொண்ணூற்றாறு பிரபந்தங்களில் ஒன்று. பேதை முதல் பேரிளம் பெண்கள் வரை கண்டு காதல் கூறும் நிலையில் தன்னிகரற்ற தலைவனொருவன் நகரில் உலாப்போகும் அழகிய தோற்றத்தை கலிவெண்பாவில் அமைத்துப்பாடப் பெறுவதே உலா என்னும் பிரபந்தமாகும். தமிழின் முதல் உலா நூல் என்ற சிறப்பு இதற்கு உண்டு.

சேர நாட்டின் தலைநகராகிய கொடுங்கோளூரில் உள்ள திருவஞ்சைக்களம் என்னும் திருக்கோவிலிலே, சுந்தரர் சிவபெருமானை வழிபட்டு, பதிகம் பாடிக்கொண்டிருந்த நிலையில், தேவர்கள் சிவபெருமான் அனுப்பிய வெள்ளையானை மீது அமர்ந்து, இறைவன் பணித்தபடி, கயிலாயம் புறப்படும் போது, அவர்தம் ஆருயிர்த்தோழர் சேரமானை உள்ளத்தால் நினைக்க, திருமஞ்சனச் சாலையில் நீராடிக் கொண்டிருந்த சேரமான், அந்தக்காட்சியை தன் அகக்கண்ணால் உணர, தனது குதிரைக்கு ஐந்தெழுத்தினை உபதேசிக்க அது வான்வழியே விரைந்து சென்று, வெள்ளையானையை வலம் வந்து அதன் முன் சென்றது. இருவரும் கைலாயம் சென்றடைந்து சிவனைப் பணிந்து போற்றினர். சேரமான் பெருமாள் இறைவனது திருவுலாக் காட்சியைப் பொருளாகக் கொண்டு, தான் எழுதிய, 'ஆதியுலா' எனப்போற்றப்படும் பனுவலை இறைவன் முன் அரங்கேற்றினார். அங்கு உடனிருந்து கேட்டுமகிழ்ந்த மாசாத்தனார், அவ்வுலாவை மனதிற்கொண்டு, சோழநாட்டில் திருப்பிடவூரில் உலக மக்கள் அறிய வெளிப்படுத்தினார் என்பதை சேக்கிழார் தம் திருத்தொண்டர் புராணத்தில் நன்கே பதிவு செய்துள்ளார்.

இறைவனது திருஉலா பவனியைக் குறித்து வித்துவான் க.வெள்ளை வாரணன் அவர்களின் அருமையான விளக்கத்தை வாசகர்கள் படித்து மகிழ, இதோ கீழே:

"திருமாலும் நான்முகனுந் தேடிக்காண வொண்ணாத பெருமானாகிய இறைவன், சீரார் சிவலோகத்துள் சிவபுரமென்னுந் தலைமைப் பதியிலே அழகிய திருக்கோயிலினுள்ளே அம்மையப்பனாக வீற்றிருக்கின்றான். இறைவனைக் காண வேண்டுமென்னும் பேரார்வமுடைய தேவர்கள் திருக்கோயிற்புர முன்றிலிலே நின்று 'எங்களுக்குக் காட்சி தந்தருள்க' எனக் குறையிரந்து வேண்டுகின்றனர். தேவர்களது வேண்டுகோளுக்குத் திருவுளமிரங்கிய சிவபெருமான், ஒருநல் பட்டுடுத்துப் பொன்னும் மணியுமாகிய அணிகலண்களைப் பூண்டு மலர் மாலையணிந்து வடிவுடைய கோலம் புனைந்து நந்தி மாகாளராய சிவகணத் தலைவர் கொணர்ந்த அடிநிலைமேல் திருவடி வைத்துத் திருக்கோயிலின் வாயிலை யடைந்தருளி, வசுக்கள் தோத்திரஞ் சொல்லவும், முனிவர் எழுவர் வாழ்த்துரைக்கவும், ஆதித்தர் பன்னிருவர் பல்லாண்டு பாடவும், அகத்தியர் யாழ் வாசிக்கவும், தீக்கடவுள், நறும்புகை யேந்தவும், இயமன் மங்கல வாழ்த்துப் பாடவும், நிருதி முதலியோர் அணிகலங்களைத் தாங்கிவரவும், வருணன் நிறைகுடநீர் தாங்கவும் காற்றுத் தெருவினைக் கூட்டித் தூய்மை செய்யவும், மேகம் மழைநீர் தெளித்துப் புழுதியினை யடக்கவும் சந்திரன் குடை பிடிக்கவும், ஈசானன் அடைப்பை யேந்தவும், அசுவினி தேவர்கள் மந்திரத்தால் வாழ்த்துரைக்கவும், உருத்திரர்கள் தோத்திரம் சொல்லவும் குபேரன் வேண்டும் பொருள்களை வழங்கி வரவும், கங்கை யமுனை முதலிய தீர்த்தங்களாகிய மங்கையர்கள் வெண்சாமரை வீசவும், திசையானைகள் தொழுதிறைஞ்சவும், மேகமே நீல விதானமாகவும், மின்னல் கொடிகளாகவும், இடிமுரசமாகவும் அமையத் தும்புரு நாரதர் இசைபாட வானர மகளிர் நடமாகவும், ஞானமே யுருவாகிய இடபத்தின் மேலமர்ந்து ஏழுவாயில்களையுங் கடந்து திருவுலாப் புறப்பட்டருளினான். தேவசேனாபதியாகிய முருகன் மயில்மீதமர்ந்து முன் செல்லத் தேவர் தலைமகனாகிய இந்திரன் வெள்ளையானை மீது பின்னே வர நான்முகன் அன்னப்பறவை மீதமர்ந்து வலப்பக்கத்தே வர, திருமால் கருடன் மீதமர்ந்து இடப்பக்கத்தே வர, மன்மதன் கரும்பு வில்லும் மலரம்புந்தாங்கி முன்னே செல்ல, மாசாத்தன் குதிரையூர்ந்து செல்ல இறைவனது திருவுலாப் புறப்பாடாயிற்று.

யானைமுகக் கடவுளாகிய விநாயகனோடு சப்த மாதர்களும் தன்னைச் சூழ்ந்து வர நீலமேனியுடைய கொற்றவை சிங்கத்தின் மீதமர்ந்து உடன்வருகின்றாள். விச்சாதரர் இயக்கர் கின்னர் கிம்புருடர் சாரணர் அரக்கர் அசுரர் முதலிய பதினெண் கணத்தவர்களும் சல்லரி தாளம் தகுணிதம் தத்தளகம் கல்லலகு கல்லவடம் மொந்தை தட்டழி சங்கம் சலஞ்சலம் தண்ணுமை பேரி குடமுழவம் கொக்கரை வீணை குழல் யாழ் தடாரி படகம் மத்தளம் துந்துபி முருடு ஆகிய இவ்வாத்திய வகைகளால் திசை தோறும் இசை முழக்கஞ் செய்கின்றனர். மங்கலம் பாடுவார் இறைவனையடைந்து வணங்குகின்றனர். மற்போரும் விற்போரும் செய்யவல்ல வீரர்கள் தத்தம் தொழிற் திறமையைக் காட்டி ஆரவாரித்து வருகின்றனர். அறுவகைப் பெரும் பொழுதுகளும் யோகமும் தவமும் ஞானமும் மந்திரமும் மூன்று காலமும் குணங்களும் வாலகிலியராகிய முனிவர்களும் முன்வந்து குழுமி நின்று 'இமையோர் பெருமானே போற்றி, உமையாள் மணவாளா போற்றி' என இவ்வாறு இறைவனது பொருள் சேர் புகழையெடுத்துரைத்துப் போற்றி மலர் தூவி வழிபடுகின்றனர். இடபக்கொடியும் பிற கொடிகளும் குடையும் தொங்கலும் சூழ்ந்து தோன்றுகின்றன. பூவணிந்த கரிய கூந்தலையுடைய மகளிரது உள்ளத்தே மேன்மேலும் முதிர்ந்து தோன்றும் பேரன்பினைப் புதிதுண்ண வேண்டித் தாவும் மானைத் தாங்கிய சிவபெருமான் இங்ஙனம் உலாவருகின்றான்.

இத்திருவுலா ஆரவாரத்தைக் கேட்ட அளவில் மாட நடுவில் வாழ்பவராகிய பேதைமுதலாகப் பேரிளம் பெண் ஈறாகவுள்ள ஏழுபருவத்துமகளிரும்தம்மைப்பல்வகையணிகளாற்கோலஞ்செய்து கொண்டு மாளிகையின் மேலும் தெருவிலும் எம்மருங்கும் கூட்டமாகக் குழுமி நின்று இறைவனது பேரழகில் ஈடுபட்டு மயங்கி அப்பெருமான் பால் கண்ணென்னும் பெருவலையை வீசித் தம் உள்ளத்து நிறையென்னும் கதவின் தாளைத் திறந்திட்டார்கள்."

இப்படி இறைவன் சிவபெருமானைக் குறித்து சீரிய, சிறப்பு மிக்க மூன்று சொற் கோவில்கள் கட்டி, இறையின்பத்தில் திளைத்த ஒருவர் இறைவனோடு கலக்கவே, திடீரென்று தான் மன்னன் என்பதையும் மறந்து, தன் நாட்டையும், மக்களையும் ஒரே நொடியில் மறந்து, முக்தியே சிறந்தது; சகலாவஸ்த்தையில் கட்டுண்டு கிடப்பதை விட

சுத்தாவஸ்த்தையில் இறைவனோடு கலந்திருப்பதே சிறந்தது, என வேகமான முடிவெடுத்து உலகை விட்டு மறைந்து இறைவனைத் "தாடலை" என கலந்திருக்கிறார். நாடாளும் மன்னன், செல்வத்திற்கும், சுகத்துக்கும் குறையில்லாத மாக்கோதை மன்னன், இவ்வுலக வாழ்க்கையின் இன்பங்களை விட இறைவன் பால் சேர்ந்து பணி செய்து கிடக்கும் முக்தியே உயர்ந்தது என கண நேரத்தில் முடிவெடுத்து புறப்பட்டிருக்க வேண்டும்.

முக்தி என்பதே என்னவென்று அறியாத சிலர், சுத்தாவஸ்தையை புரியாத சிலர் அவரது திடீர் மறைவை காரணம் காட்டி அவர் அரேபியா சென்று, இஸ்லாமுக்குள் நுழைந்தார் என்ற அபத்தமான கதையை கட்டவிழ்த்து விட்டுள்ளனர். இதில் எந்த உண்மையும் இருக்க முடியாது என்பது பெரியபுராணம் படிக்கும் எவருக்கும் புரியும்.

9

முடிவுரை

துளஸிதாஸ்

சேரமான் பெருமாள் நாயனார், சைவ நெறியாளர், விலங்குகளின், பறவைகளின் மொழி அறிந்த கழறிற்றறிவார், மாக்கோதையார் என அழைக்கப்படும் கொடுங்கோளூரை தலைநகராகக் கொண்டு சேர நாட்டை ஆட்சி புரிந்த மன்னன், திடீரென்று மறைந்து மெக்கா சென்று நபிகள் நாயகத்தை சந்தித்திருக்க முடியாது என்பதும் இஸ்லாமியராக மாறியிருக்க முடியாது என்பது காலக்கணக்கெடுப்பு மற்றும் பல ஆராய்ச்சிகளில் இந்நூலில் தெளிவு படுத்தப்படுகிறது. காரணங்கள் கீழே:

1. சேரமான் பெருமாளும், நபிகள் நாயகமும் வாழ்ந்த காலங்கள் வேறு. அவர்கள் இருவரும் சந்தித்திருக்க முடியாது. காலக் கணக்கெடுப்பில் இந்த கதை தவிடுபொடியாகிறது.
2. பெரியபுராணம் என்பது சேக்கிழாரால் 12-ம் நூற்றாண்டில் எழுதப்பட்ட வரலாற்று நூல் அவரது வாழ்வையும், மறைவையும், சுந்தரருடன் கைலாயம் சென்று ஜீவன் முத்தராக ஆனதை பதிவு செய்கிறது. இத்தகைய நூல் சான்று அவர் முகம்மதியராக மாறினார் என கதை நடத்துபவர்களிடம் இல்லை.
3. இந்தக் கதை புத்துயிர் பெற்று எழுந்தது, 16-ம் நூற்றாண்டில் போர்த்துகீசியர்களின் இந்திய வருகைக்கு பிறகுதான். அதாவது நபிகள் நாயகம் வாழ்ந்த 6-ம் நூற்றாண்டிலிருந்து ஏறத்தாழ 1000 ஆண்டுகளுக்கு பிறகு. பல கதைகளில் காணப்படும் முரண்பாடுகள், இவற்றின் நம்பகத்தன்மையை குறைக்கின்றன. இந்துக்

கோவில்களை இடிப்பதிலும், மதம் மாற்றுவதிலும், கிறிஸ்தவத்துக்கு சாதகமாக கதைகள் புனைவதிலும், போர்த்துகீசியர்கள் சிறந்து விளங்கியிருக்கின்றார்கள் என நோக்குங்கால் இதுவும் அவர்களின் புனைவுகளில் ஒன்றே என்று முடிவு கட்ட வேண்டியுள்ளது.

4. இறைவன், ஆன்மா, உலகம் ஆகியவற்றைக் குறித்து விரிவான ஆராய்ச்சி செய்து, ஜீவன் முத்தராவதற்கு வழிமுறைகளை வகுத்திட்ட உயரிய சைவத்திலிருந்து புதிதாக ஆரம்பிக்கபட்ட இஸ்லாமில் நுழைந்தார் என்பது உயர் ஆராய்ச்சி செய்து டாக்டர் பட்டம் பெற்ற பின் ஒன்றாம் வகுப்பில் சேருவது போல் ஆகும்.

5. கற்கோயில்களும், சொற்கோவில்களும் இறைவனுக்காக வழி வழியாக கட்டி வந்த மரபில் வந்த மன்னன் சேரமான் பெருமாள் தன் பங்கிற்கு மூன்று அருமையான சொற்கோவில்களைக் கட்டி இறைவனுக்கு நெருக்கமானவராக இருந்திருக்கிறார். இவரது திருக்கையிலாய உலா நூல் கைலாயத்தில் இறைவன் முன்னிலையில் அரங்கேற்றப்பட்டது. உடனிருந்து கேட்ட மாசாத்தனார், அவ்வுலாவை மனதிற்கொண்டு, சோழநாட்டில் திருப்பிடவூரில் உலக மக்கள் அறிய வெளிப்படுத்தினார் என்பதை சேக்கிழார் பதிவுசெய்துள்ளார். இவர் மெக்கா சென்றிருந்தால் திருக்கயிலாய ஞான உலா எப்படி பாடியிருக்க முடியும்?

6. அற்புதங்கள் பல ஆற்றிய யோகிகளும், சித்தர்களும், முனிவர்களும் வாழ்ந்த பாரத புண்ணிய பூமியில் தோன்றிய மன்னன் சந்திரன் இரண்டாகப் பிளந்ததைக் கண்டு அதிசயித்தார், மயங்கினார் என்பது ஏற்றுக் கொள்ள முடியாது. அவருடைய வாழ்விலும், அவர்தம் நண்பர் சுந்தரர் வாழ்விலும் நிகழாத அற்புதங்களா! அவரே பல அற்புதங்களை ஆற்றும் நிலையில் இருந்திருக்கிறார்.

7. இந்திய தத்துவ ஞானமும், மதங்களும் தனிமனித மேம்பாட்டை வலியுறுத்தி, தனிமனித உயர்வுக்கு வழிகளை கூறியுள்ளன. தனிமனித உயர்வு பிறப்பறுத்து இறைவனோடு ஆன்மாவை இணைக்கும் வழி. அதை விடுத்து உலகம் அழியும் வரை கல்லறையில் முடங்கிக் கிடக்க வேண்டும் எனக்கூறும் மதத்தில் நுழைந்தார் என்பது, அவருடைய பகுத்தறியும் திறனை கொச்சைப்படுத்துவதாகும்.

8. விலங்குகளின், பறவைகளின் மொழி தெரிந்த ஒருவர் அவைகளின் பால் பெரும் அன்பு கொண்டவராகத்தான் இருக்க முடியும். அவைகளைக் கொன்றுண்டு வாழ்பவராக இருக்க முடியாது.

9. இந்திய மதங்கள் ஏனைய மதங்களை மதிப்பன. பிற மதங்களை பழிப்பன அல்ல. மதங்கள் மனிதனுக்காக; மதங்களுக்காக மனிதன் இல்லை என உறுதியாக எண்ணுபவை. மதத்துக்குள் நுழைந்தால் வெளியேற முடியாது; அதைப்பற்றி குறை கூற முடியாது; பிற மதங்களை மதிக்கக்கூடாது போன்ற இராணுவ கட்டுப்பாடுகள் தனி மனித உயர்வை முடக்குவன. சேரமான் பெருமாள் இவ்வாறு மூட நம்பிக்கைகள் நிறைந்த, இராணுவ கட்டுப்பாட்டுக்குள் நுழைந்திருக்க முடியாது.

10. நபிகள் நாயகம் மெக்காவிலிருந்தவர்கள் கேட்டுக்கொண்டதற்கு இணங்க சந்திரனைப் பிளந்து அற்புதம் நிகழ்த்தியதாக பதிவு செய்யப்பட்டுள்ளது. அப்படியானால் பொ.கா. 629–ல் அவர்கள் மெக்காவை வென்று கைப்பற்றிய பிறகு தானே இந்த அற்புதம் நிகழ்ந்திருக்க வேண்டும்! அப்படியானால் சேரமான் பெருமாள் எப்படி இந்த அற்புதத்தை 629-க்கு முன் பார்த்திருக்க முடியும்? 629-ல் பார்த்திருந்தாரானால் இந்த மசூதி எப்படி அதே ஆண்டில் கட்டியிருக்கமுடியும்?

10

இறுதியுரை

துளஸிதாஸ்

சேரமான் பெருமாள் நாயனார், நபிகள் நாயகத்தை சந்தித்து மதம் மாறியிருக்க முடியாது, ஏனெனில் அவர்கள் வாழ்ந்த காலங்கள் வேறு. இருந்தாலும் திருவஞ்சிக்குளம் மஹாதேவன் கோவிலிலிருந்து 500 மீட்டர் தொலைவில் அவர் பெயரிலேயே ஒரு மசூதி கட்டி, அவர் மதம் மாறி, இந்த மசூதி கட்டச் சொன்னார் என ஒரு கதை முன் வைக்கப்படுகிறது. நடக்காத ஒரு கதையை நடந்ததாகச் சொல்லி, திரும்பத் திரும்ப சொல்லும் போது அது உண்மையாகி விடுமோ என்ற அச்சம் எழுகிறது.

இந்திய அகழ்வாராய்ச்சிக் கழகமோ (ASI), திருவஞ்சிக்குளம் மஹாதேவன் கோவில் நிர்வாகிகளோ, அந்த ஊர் இந்துக்களோ, இந்து அமைப்புகளோ இதை பெரிதாக கண்டு கொண்டதாகவே தெரியவில்லை. கோவிலின் முன் வைக்கப்பட்டிருக்கும் பலகையில், இந்த கோவிலின் சரித்திர முக்கியத்துவம் பொறிக்கப்படவில்லை! கல் எறி தூரத்தில் இருக்கும் சேரமான் ஜும்மா மசூதியின் கதைக்கு மறுப்பு தெரிவிக்கவோ, அப்படி ஒரு நிகழ்வு நடந்திருக்க முடியாது என எடுத்துச் சொல்லவோ யாரும் முன் வரவில்லை என்பது வேதனைக்குரியது.

இந்தியர்களும், இந்துக்களும், சமூகக் கண்காணிப்பாளர்களாக வேலை செய்யவேண்டிய ஊடகங்களும், அறியாமை இருளில் மூழ்கி இருப்பதால், மறுப்பு கூறாமல் இருக்கிறார்களோ என்றும் ஐயம் எழுகிறது. வழக்கம் போல் அறியாமை இருளில் மூழ்கி கிடக்கும்

இந்தியர்கள், தங்களிடம் இருக்கும் விலைமதிப்பற்ற சொத்தின் மதிப்பு தெரியாதவர்களாக வாழ்ந்து கொண்டிருக்கிறோம்.

இந்த நூல், தூங்கிக்கிடக்கும் இந்தியர்களை எழுப்பி, உண்மையை ஆராய்ந்து, நிலை நாட்ட ஒரு தூண்டுதலாக அமையும் என கனவு கண்டு முடிக்கிறேன்.

உதவிய நூல்கள்

1. பெரியபுராணம் – மூலமும், உரையும் – புலவர் பி.ரா.நடராசன், 3 – ம் பதிப்பு, 2012, உமா பதிப்பகம்.
2. பன்னிரு திருமுறை வரலாறு – வித்துவான் க. வெள்ளைவாரணன், முதற்பதிப்பு, 2008, சாரதா பதிப்பகம்.
3. இந்திய தத்துவ ஞானம் – கி.லஷ்மணன், 9-ம் பதிப்பு, 2008, பழனியப்பா பிரதர்ஸ்.
4. வகைமை நோக்கில் தமிழ் இலக்கிய வரலாறு – முனைவர் பாக்கிய மேரி, 5-வது பதிப்பு, 2013, நியூ செஞ்சுரி புக் ஹவுஸ்.
5. சைவ சமயக் கலைக்களஞ்சியம் – பதிப்பாசிரியர் முனைவர் இரா. செல்வகணபதி – முதற்பதிப்பு, 2013, தெய்வச் சேக்கிழார் மனிதவள மேம்பாட்டு அறக்கட்டளை.
6. விக்கிப்பீடியா.

புகைப்படங்கள்

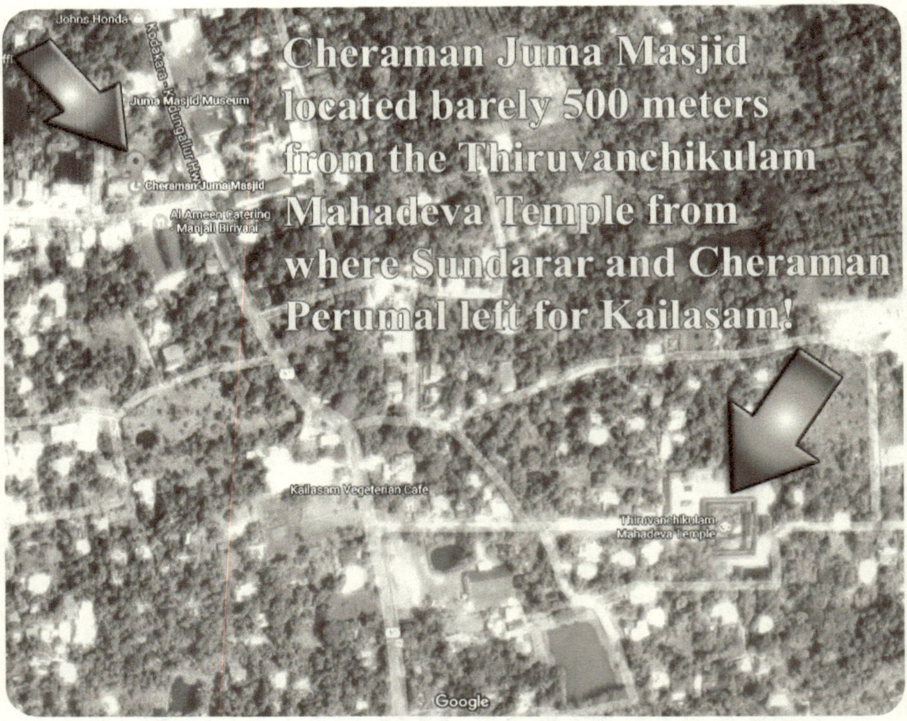

The back entrance of the temple where sign boards are displayed;
but no mention of Sundarar or Cheraman Perumal!

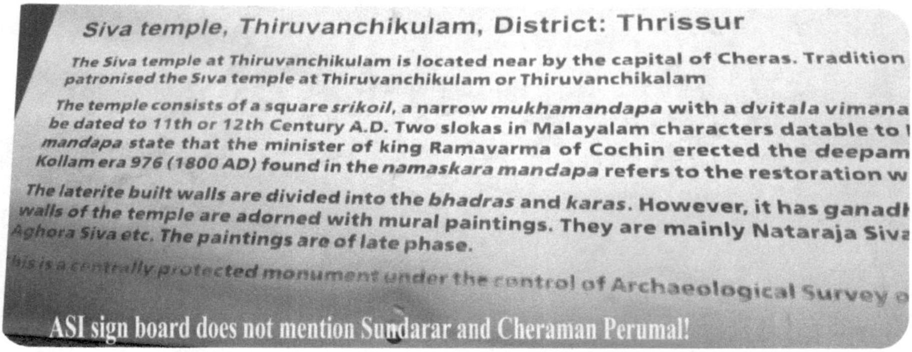

ASI sign board does not mention Sundarar and Cheraman Perumal!

Protected by ASI, but in a pitiable state!

Thiruvanchikulam Mahadevan temple under the protection of Archeological survey of india. Temple built in typical Kerala style, is in a pitiable state. This is a landmark temple for Saivites. According to Peripuranam it is from here Sundarar was taken to Kailash, the abode of Shiva , on a white elephant, and sensing that his friend is leaving, Cheraman Perumal followed him on his horse!

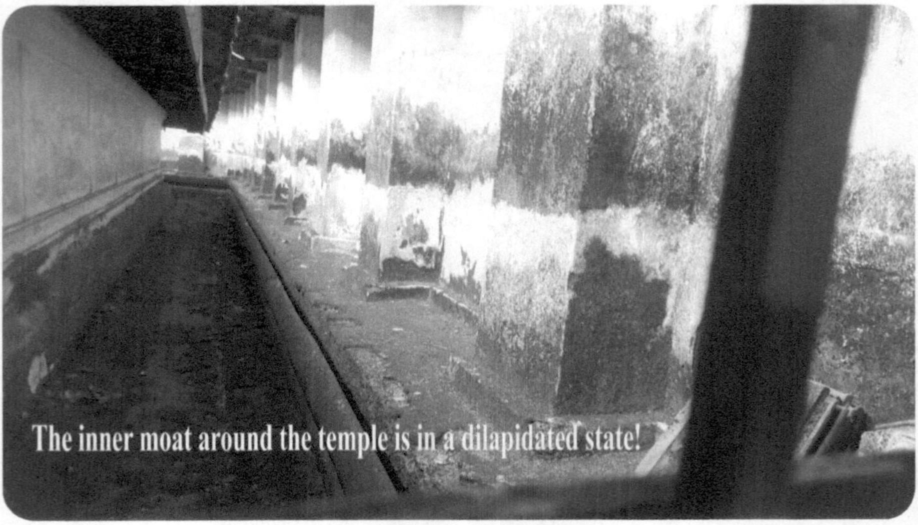

The inner moat around the temple is in a dilapidated state!

The Garbagraham of the
Thiruvanchikulam Mahadevan
Temple

The renovated new Cheraman Juma Masjid

Replica of the alleged original Mosque displayed in the museum

www.ingramcontent.com/pod-product-compliance
Lightning Source LLC
LaVergne TN
LVHW100058051026
849525LV00001B/424